கல்பொரு சிறுநுரை

கவிமுகில்

டிஸ்கவரி பப்ளிகேஷன்ஸ்
எண்: 9, பிளாட் எண்: 1080A, ரோஹிணி பிளாட்ஸ்
முனுசாமி சாலை, கே.கே.நகர் மேற்கு,
சென்னை - 600 078. பேச: 99404 46650

கல்பொரு சிறுநுரை (கவிதை)
ஆசிரியர்: கவிமுகில்©
Kalporu Sirunurai (Kavithai)
Author: Kavimugil©
Printed in India
1st Edition: June 2022
வெளியீட்டு எண்: 0166
ISBN No : 978-93-94762-05-3
Pages - 160

Publisher • Sales Rights

Discovery Publications
No. 9, Plot,1080A,
Rohini Flats, Munusamy Salai,
K.K.Nagar West, Chennai - 78.
Tamilnadu, India.
Mobile: +91 99404 46650

Discovery Book Palace (P) Ltd
No. 6, Mahaveer Complex,
Munusamy Salai, K.K.Nagar West,
Chennai-600 078.
Ph: (044) 4855 7525
Mobile: +91 87545 07070

discoverybookpalace@gmail.com
WWW.DISCOVERYBOOKPALACE.COM

இந்த நூலில் பிரசுரமாகியுள்ள எந்த ஒரு பகுதியையும் பதிப்பாளரின் எழுத்துபூர்வமான முன்அனுமதி பெறாமல் எடுத்தாள்வதோ, மறுபிரசுரம் செய்வதோ, மொழியாக்கம் செய்வதோ, அச்சு மற்றும் மின்னணு ஊடகங்களில் மறுபதிப்பு செய்வதோ, காப்புரிமைச் சட்டப்படி தடை செய்யப்பட்டுள்ளது. இந்த நூலிலிருந்து குறிப்பிட்ட பகுதிகளை மேற்கோள் காட்டி புத்தக விமர்சனம் செய்ய, ஊடகங்களுக்கு மட்டும் அனுமதி உண்டு.

உங்கள் மொபைல் போனிலிருந்து ஸ்கேன் செய்து டிஸ்கவரி புக் பேலஸின் மொபைல் ஆப்பை டவுன்லோடு செய்து, புத்தகங்களை வாங்குங்கள்.

இந்த நூல்...
மகாகவி **ஈரோடு தமிழன்பன்** அவர்களுக்கு...

பதிப்புரை

கவிஞர் கவிமுகிலின் கவிதைகளை வாசிக்கும்போது, ஒரு குரல் ஒலித்துக்கொண்டே இருப்பதை உணரலாம். பெரும்பாலும் அக்குரலின் தொனி நமது மூதாதையர்கள், நம்முடன் வாழ்ந்து மறைந்த முந்தைய தலைமுறையினர் மற்றும் சமகாலத்தின் மனிதத்துவம் மிக்கதுமாக இருக்கிறது. அதோடு ஒவ்வொரு கவிதைகளிலும் ஒரு பெரும் வாழ்வு மறைந்திருக்கிறது.

ஆசுகவிபோல நினைத்த மாத்திரத்தில் சரளமாக கவிதைகளை எழுதி முடிக்கும் கவிமுகிலின் இத்தொகுப்பிலுள்ள கவிதைகள், கதைகளுக்கான தன்மையுடன் இருப்பதைப்போல, பாடலுக்கான உணர்வையும் ஒருசேர தருகிறது. இத்தொகுப்பிலுள்ள அனைத்தும் திரைப்பட இசையமைப்பாளர்களிடம் கிடைத்தால், கிடைத்த மாத்திரத்தில் அது பாடலாக மாறிவிடும் என்பது உண்மை.

இத்தனைத் தகுதிகளுடன் இருப்பதாலேயே கவிமுகிலின் கவிதைகளைத் தேர்ந்தெடுத்துப் பதிப்பிக்க வேண்டும் என்று ‘டிஸ்கவரி பதிப்பகம்’ விரும்பியது. இலக்கியம் குறித்த தீவிர வாசகர்களுக்கு கவிமுகில் கவிதைகளை அறிமுகம் செய்து வைப்பதில் மகிழ்ச்சி அடைகிறோம். இந்த விருப்பத்திற்கு இசைந்த கவிமுகில், இச்சூழலை உருவாக்கிக்கொடுத்த பேராசிரியர் இராம குருநாதன் மற்றும் கவிதைகளைத் தேர்வு செய்வதில் உடனிருந்து உதவிய கவிஞரும் நண்பருமான தமிழ் இயலன் ஆகியோருக்கு நன்றிகள்.

கவிதைப் பயணம்

மகிழ்வுந்துகளின் பயணம் பெரும்பாலும் மகிழ்ச்சிக்குரியதாகவே அமைகிறது.

உறவுகளும் நட்பும் சூழ அப்பயணம் அமையுமானால் இன்னும் கூடுதல் மகிழ்ச்சி நிலைப்படுத்தப்படுகிறது.

வேண்டிய இடங்களில் இளைப்பாறல், தேவைப்படும் போதெல்லாம் பசியாறல், அன்பையும் நட்பையும் பரிமாறல் என்று மகிழ்வுந்துகளின் பயணம் பெரும்பாலும் மகிழ்ச்சிக்குரியதாகவே அமைகிறது.

அப்படி ஒரு கவிதை மகிழ்வுந்தில்தான் பயணித்துக் கொண்டிருக்கிறார் கவிஞர் கவிமுகில்!

ஆயின் கவிமுகில் பயணம், மேடு பள்ளங்களை சந்தித்திருக்கிறது; ஏற்ற இறக்கங்களை கண்டிருக்கிறது; தடைகளையும் அவற்றைத் தாண்டுதல்களையும் நிகழ்த்திக் காட்டியிருக்கிறது.

அதனால்தான் தாராபாரதியின் இதய நரம்புகளில் ஒன்றின் பெயரான "கவிமுகில்" எல்லாச் சூழல்களிலும் கவிதை இசைத்துக் கொண்டிருக்கிறது.

எவ்வளவு படிமங்களை ஒரு கவிதைக்குள் கொண்டுவந்து வைக்க முடியும்..! என்கிற வியப்பைத் தருகிற கவிதைகள் கவிஞர் கவிமுகிலின் கவிதைகள்!

ஒரு சாலை ஒன்று பேசுகிறது;
"புதிய சாலை" வந்த பிறகு, தான் "பழைய சாலை" ஆகிவிட்டதை!

ஆம் கடலூரில் இருக்கிறேன் பழைய நகரை சார்ந்தவன் என்பதால் இந்த உளவியலை என்னால் எளிதில் உள்வாங்கிக்கொள்ள முடிகிறது.

பல நகரங்களில் இருக்கிற பழைய பாலங்கள்கூட இந்த வகையைச் சார்ந்தவை தாம்!

எனக்குத் தெரிய இவ்வாறு சாலைகளின் உளவியலைப் பதிவு செய்த உலகின் முதல் கவிஞனாக கவிமுகில்தான் இருக்கக்கூடும்.

மிக இயல்பான படிமங்கள் குறியீடுகள் ஆகியவற்றுடன் அங்கதச் சுவையும் மிக அருமையாய் கைகூடுகிறது கவிமுகிலுக்கு!

"மொத ஆட்டம்" என்றொரு கவிதை..

டூரிங் கொட்டகைகளுக்கு மாலை 7மணி காட்சிக்கு செல்வதை அருமையான கவிதையாகப் புனைந்திருக்கிறார் கவிஞர்.கவிமுகில்!

வண்டி இழுக்கும் மாடுகளின் உடல்நிலை, இடையில் வரும் ரயில்வே கேட், முதல் ஆட்டம் தொடங்கியதால் இரவு காட்சிக்குத் தயாராகும் உறவுக் கூட்டம், புளிச்சோறு என்று மிக அருமையாகச் செல்லும் அந்தக் கவிதை, கொட்டகையில் தூங்கிவிட்டு அடுத்தநாள் காலையில் கேட்கும் ஒரு சிறுவனின் கேள்வியோடு நிறைவடைகிறது.

"எப்பப்பா போடுவான் படம்..?"

கவிதையைப் படித்து முடிக்கும்போது வாய்விட்டுச் சிரித்திருப்பீர்கள் என்பது மட்டுமல்ல உங்களது பால்யங்களுக்குள் நீங்கள் பயணத்திருப்பீர்கள் என்பது இக்கவிதையின் கூடுதல் சிறப்பு!

கலியாணி, பந்தகாச்சி போன்ற பல கவிதைகள் கவிமுகில் அவர்களின் வாழ்வனுபவத்தையும், படைப்பாற்றலையும் ஒருசேர பறைசாற்றிக் கொண்டிருக்கின்றன.

"கல்பொரு சிறுநுரை" உங்களின் நெஞ்ச மேடுகளில் தொடர்ந்து முட்டி மோதும்! அவை உருவாக்குகிற நுரைகள் படர்ந்து பெருகி உங்களை வான் மேகங்களுக்கிடையே கடத்திச் செல்லும் ஆற்றலுடையவை!

நுரைகளின் வடிவத்திற்கு வரையறைகள் ஏதுமில்லை என்பதை கவிமுகிலின் கவிதை மேகங்கள் உங்களுக்கு மிக விரைவில் அறியச் செய்துவிடும்!

இடையீடுகளைக் கடந்து

அந்த அனுபவத்தை உணரத் தயாராகுங்கள்!

நட்புடன்

- தமிழ் இயலன்-

இயக்குநர்/ நான் ஓர் ஐஏஎஸ் அகாடமி.
தமிழ் நாட்டரசின் மாற்றுத் திறனாளிகள் நலவாரிய உறுப்பினர்

உள்ளே

1.	பழைய சாலை	9
2.	மொத ஆட்டம்	16
3.	கலியாணி	20
4.	பந்தகாச்சி	23
5.	ரத்தினம்	26
6.	மாயக்கண்ணாடி	29
7.	திருநங்கை	31
8.	களவாடிய கனவான்	32
9.	அம்மா நீ பாவம்!	34
10.	தோரணத் தொங்கட்டான்	37
11.	இடர் வண்டி	39
12.	காலக் குருவி	41
13.	சுருக்குப் பை	42
14.	புத்த மடாலயங்களும் புலிகளின் சரணாலயங்களும்	45
15.	வாக்குச் சீட்டு சந்தை	48
16.	உன் பசியே என் உணவு	50
17.	கொழும்பே!	52
18.	ஏ மனிதா!	54
19.	சிதம்பரனார் இழுத்த செக்கு	56
20.	காமராஜரின் மேல் துண்டு	57
21.	கலைஞர் ஓர் எரிமலை	58
22.	படமல்ல தாராபாரதி; பாடம்!	64
23.	சுரதா	68
24.	பாவேந்தரின் மீசை!	70
25.	வள்ளலார்!	72
26.	அம்பேத்கர்	77
27.	மீன் வீடு	80
28.	கோடம்பாக்கம்	82

29.	காட்டூர்	85
30.	கடலூர்	87
31.	தமிழா எழு!	90
32.	மெல்லத் தமிழினி வாழும்	92
33.	தமிழ்த் தாகம்	95
34.	ஆதலினால் காதல் செய்வீர்	96
35.	மூட விலங்குகள்	98
36.	சாதியைச் சாம்பலாக்கு	100
37.	மாற்றுப் பெண்	103
38.	நாளை உதிப்பான்!	104
39.	அமில வியர்வை	106
40.	கோயில்	109
41.	பொறுக்க மாட்டேன்	110
42.	பூமிக்குப் புதிய அச்சு	111
43.	பச்சைப் பச்சையாய்...	116
44.	அன்னை மரமே!	120
45.	கிராமம் போவோம்	122
46.	விளக்கு	125
47.	தாகம்	128
48.	இதுதான் வாழ்க்கை	130
49.	கனவில்... காற்றில்... அணுவில்...	132
50.	சித்திரை மொட்டு	136
51.	பொணத்துக்கு வழி	137
52.	அப்படி நடந்திருக்க வேண்டும்	141
53.	மாநகராட்சி எல்லை	142
54.	சொக்கப்பனை	144
55.	மெய்யின் உயிர் மொழி	146
56.	விழாத கிழமைகள்	147
57.	மனிதம்	149
58.	மருத்துவ வணிகம்	153
59.	மாரியம்மன் கோயில்	156
60.	உக்கடை	158

பழைய சாலை

பஞ்சத்த
பார்வையிட கெலெக்டர்
வந்தப்ப கருப்பா
ஒரு உருவம்
காகிதக் கட்டு ஒன்ன
எடுத்து நீட்டுச்சு!

வஸ்தா சாவடி
வாளமர் கோட்டை
வடக்கு நத்தம்
புதுச்சாலை போட்டதால
பழையசாலை என்று எனக்குப்
பேர் வைத்தார்கள்!

ஊர் சோலைவனமாய்
இருந்தபோது நான் புதுச்சாலை!
நிலம் திருத்தி அமைக்காத
தரிசாய்க் கிடந்தபோது நான் தடம்!

வாய்க்காலாய்த் தண்ணீர்
வழிந்தோடிய வழி நடந்த கால்களால்
நான் வடிவமைக்கப்பட்டேன்!

மண்வெட்டி கடப்பாறைகள்
என் மார்பைப் பிளந்ததுண்டு
பூர்வகுடியேறி ஊர்முளைக்கா முன்னே
உருவான முன்னோடி நான்!

கால்நடையும் ஆள்நடையுமே
என்னை நீட்டி வளர்த்தது!

கல்லூரணி கம்மாய்க்கு
நான் பொது!

செங்காங் கட்டையும்
கரிசமண்ணுமே சேர்த்து
செதுக்கிய வெள்ளி வீதி நான்!

பௌர்ணமியும் நட்சத்திரமும்
என் கரையோரக் காவேரிக் கால்வாயில்
முகம் பார்த்து நகர்ந்ததுண்டு!

அகப்பைக் காம்பு போல
கணுக்கள் சீவிய சிங்காரி நான்
அங்கங்கே கொண்டையுண்டு மேடுகளாய்!

என் இருவோரத்திலும்
மூலிகையை மழையே
நேரடியாய் வளர்த்ததுண்டு!

வானம் மேக மாராப்பை விலக்கி
என்னில் விழுந்து
கிடந்ததுண்டு

நாற்றுக் கட்டுகளோடும்
நெற்குவியலோடும்
நூறாண்டுப் பழக்கமெனக்கு!

கருக்காய்கள் என் கரையில்
தூற்றப்பட்டுக் கிடக்கும்!

நெல்பிரிந்த சோகத்தோடு
துக்கப்பட்டுக் கிடந்த
வைக்கோல் போர்களை
வரவு செலவு பார்க்கும்
குமாஸ்தா நான்!

முப்போக இராத்திரியும்
நான் முழித்துக் கொண்டே
நீண்டிருப்பேன்!

வறட்டாடு, அன்னக்காவடி
யாரும் படுத்துறங்க
இரவுக் கட்டணம் கேட்டதில்லை!

கூத்துக்குப் போனாலும்
கூலியூரு போனாலும்
வரிக்கட்டணம் ஏதும்
நான் வசூலித்ததில்லை!

கரிச்சான் கொடல்வத்தி
யாவுக்கும் உணவு
என் வீதியில் எப்போதும்
இறைந்து கிடக்கும்

குதிரைப்படை, யானைப்படை கொண்டு
சோழராஜா நாடு வென்றது
என் வழியில்தான்!

வண்டித் தடத்தால
இரு கோடு என் முதுகில் விழுந்ததுண்டு.
செம்மண்ண போட்டு சீருசெஞ்சு
ஐம்பது வருசத்துக்கு
முன்னாடி எனக்கு கப்பிசட்டை
போட்டாங்க!

மூணு தேர்தலுக்கு முன்னாடிதான்
எனக்கு தாரு கோட்டும்
தச்சாங்க!

ஏறு பூட்ட மட்டும்
இப்ப என் வழியா
யாரும் போறதே இல்ல!

நடவும் அறுக்கவும்
மிஷினு மட்டும் போகுது!
அது பேசும் மொழி எனக்குப்
பழக்கமில்ல!

வைக்கோல வயல்லேயே
போட்டுட்டு நெல்லை
நேரடியா கொள்முதல் நிலையத்துக்கே
கொண்டு போகுதாம்!

இறை பொறுக்க
காக்கா, குருவியும் வரல!

கலப்ப தூக்கிப்போற
கால்நடை மாடும் வரல!

விளைஞ்ச கதை பேசிப்போற

விவசாயியும் போகல!

டயரு பூட்டுன சக்கரம்
மட்டும் என் தாருகோட்டு
ஏறி வேகமாக ஓடுது!

கோட்டும் சட்டையும்
கழற்றிட்டு நான்
பொறந்த தடமா மாறணும்!

செருப்பில்லாம நடந்து
சேறு பூசின எம் மக்க
சொந்த பாதம் சேரணும்!

பழைய சாலைங்கிற என்பேரு
புதுச்சாலைன்னு மாறணும்!

எங்க இனம்
பேர் சொல்லி வசூலிக்கும்
சுங்கவரிக் கட்டணம்
சுத்தமா நீங்கணும்!

அமீனாவுக்கு அருகில்
நின்ற கெலெக்டருகிட்ட
கோரிக்கை மனு ஒன்ன
கொண்டு தந்திச்சு
பழைய சாலை!
❖

மோத ஆட்டம்

போஸ்டர் ஒட்டுன
பொட்டு வண்டி!

தொடைதட்டி ராகம் இழுக்கும்
தியாகராஜ பாகவதர்
ஒரு புறம்!

குழந்தைகளைத்
தள்ளிவிடும் நல்லதங்காள்
மறுபுறம்!

மொத ஆட்டம்
ரெண்டாவது ஆட்டம்
எதெதுங்குற ஆவல்ல!

டவுசர் போட்டவன்
ஓடிவர
போடாத தம்பியும்
பின் ஓட்டம்!

“அப்பா மொத ஆட்டம்பா”
நச்சரிப்பு தாங்காம
தங்கப்பன்
அம்மாபேட்டை தாஜீக்கு
மாட்டுவண்டி பூட்டி நகத்துனப்ப
கிரீச் கிரீச்சுன்னு
சக்கரம் கிதார் வாசிச்சது!

அச்சாணி இல்லப்பான்னு அலற
தென்னைமட்டை சொருகி
வண்டி வேகமா நகந்திச்சு
கடலைக் கொடி தின்னுபுட்டு
நோஞ்சான் கழிஞ்சு
தொலச்சிச்சு!

பாரம் தாங்காம
இரயில்வே கேட்டுல
முக்கி மொரண்டிச்சு!

‘ஏய் ஓய்’ ன்னு தார்க்குச்சி
இரத்தம் வரவச்சும்
கீழ பள்ளத்துக்கே
இழுத்திச்சு!

இறங்கி அடிச்சப்ப நோஞ்சான்
பூட்டான் தலை உருவி
மோத்தடிய முறுக்கிப்
படுத்துடுச்சு!

குந்திக்க போட்ட
வைக்கோல் போட்டு
கொளுத்தினோன்ன
எழுந்து நிமிந்திச்சு!

எல்லாரையும்
இறங்கச் சொல்லி
'கேட்டு' தாண்டி ஏத்திக்கிட்டு
வெரட்டி நின்னாக்க
நுழைவுச்சீட்டு வாசல மூடிபுட்டான்!
கொடகொடன்னு உருட்டிப்
போனா வராது
பொழுது விடிஞ்சா கிடைக்காது
வை ராஜா வைன்னு
மூணுகட்ட உருட்டி
டைமன் ஆட்டின் கிளாவர்ன்னு
காண்டா விளக்கு சூது ஆடியது.

இரண்டாவது ஆட்டத்துக்கு
வந்தவங்க பாக்கெட்ட
கீரியும் பாம்பும் ஒருபக்கம்
கிளறிக்கிட்டு இருந்துச்சு!

வாளியில் கொண்டு வந்த
புளிசோத்துக்கு
தொட்டுக்க வடவமும்
முருக்கும்!

கொட்டாயிக்குள்ள போனா
செகப்பு வாளியில் மண்ணு
'தீ'ன்னு சொன்னுச்சு!

வெத்தல எச்சி துப்பி
மண்ணு மூடி கிடந்துச்சு!

குள்ளம் எம்பி உட்கார
மண்ணு மேடு எழுப்புச்சு

கக்கூஸ்ன்னு எழுதியிருந்த
இடத்துல தண்ணியும்
இல்ல வாளியும் இல்ல!

ஒரு ரீலு ஓடுறதுக்குள்ள
பாதி டிக்கெட்டு ஓட்டுக்க
தூங்கிடுச்சு!

எழுப்பிக் கூட்டியாந்தா
காலையில! பயபுள்ள
கேட்டுச்சு
எப்பப்பா போடுவான்
படமுன்னு!
❖

கலியாணி

வரப்பில்
தொவரங்கட்டை!
வாய்க்கால்ல வெண்டை!

வேலியோரம்
வாழைக்கட்ட!

காய்ஞ்ச நுணா
ஒரு நாலு சவுக்கு
ஓரமா ஒதிய மரம்!

ஒரு நூறுகுளி
கடலைக் கொல்ல.
கவளமாடு ஏத்தம் இறைக்க
தாரு குச்சியும் 'ஓவ்' சத்தமும்
தலை முண்டாசும்,
பெரிய குண்டான்ல
பழைய சோறும்
சின்ன வெங்காயமும்
பொட்டுக்கடல தொவையலும்
களத்து மேட்டுல காத்துக்கிடக்கும்!

காலை ஆளுகூட்டி
கங்காணியா கல்யாணி!
கல்யாணி ராகம் தெரியாட்டியும்
ராகம் தெரிஞ்ச கல்யாணியா
வெயிலு ஏற ஏற
சுதியும் மேல ஏறும்!

குந்தி கள எடுத்துக் கொஞ்சநேரம்
குனிஞ்சு கள எடுத்துச் கொஞ்சநேரம்
நிமிர்ந்து நின்னாக்கா
எடுங்க எடுங்க சீக்கிரம்ன்னு
கொல்லக்கார மாமன் குரலு கேட்கும்!

களக்கட்ட போட்டுக்
கௌறி இழுக்கிறப்ப
மஞ்ச புல்லும் அருவம் புல்லும்
அரியா அள்ளி
மாட்டுக்குத் தீனியாகும்
காஞ்சாக்க கொளுத்திட்டு
எருவாவும்!

ஒன்பது மணிக்கு
நடராஜன் கடை
இட்லியும், வடையும்!
சாயங்கால ஆளுன்னா
பொட்லமும் டீயும்!

காச்சோடன காஞ்சகொடி பிடுங்க
கல்யாணி ஆளுங்க
ஆஞ்சகடலய அஞ்சுபடி ஆளுக்கு
கூலி தந்து.
செக்குல ஆட்டி
கடல எண்ணெய
வருசம் பூரா தாளிக்க, வட சுட
தீபாவளிக்கு முறுக்கு சுட
பரணியில காத்திருக்கும்!

பரணி நட்சத்திரம் சரியில்லன்னு
ஜோசியரு சொன்னதால கலியாணிய
கடல கொல்ல தேடுது!
❖

பந்தகாச்சி

பொட்டபுள்ள
நானுன்னு
வெதையாயிருக்கும் போதே
என்னை வீசி விட்டாங்க
குப்பைமேட்டில்
என்று விசனம் கொண்டது
சுரை!

மனது தளராமல்
வீசிய இடமிருந்தே
வேர்விட்டுத் துளிர்விட்டது!

கொடியாய்
வேலி படர்ந்து
பூ வெடித்துப்
பிஞ்சு காய் காய்த்தது!

தாத்தா தெவசம் வந்தப்ப
ஒரு காய் பறிச்சு விரதம்
முடிச்சாங்க!

ஏகாதசிக்கு ஒரு காயும்
புரட்டாசிக்குத் தளிய போட
ஒரு காயும் ஒடிச்சு
சமைச்சாங்க!

விருத்தியில்லாம போயிடுமா
நம்ம சந்ததின்னு
குப்பமேட்டு இடுக்கில
ஒரு காய ஒளிச்சிவச்சேன்!

வீட்டுக்கு விருந்தாளியும் வரல
விரதமும் வரல
குப்ப கொட்ட வர்றப்ப
யாரு கண்ணுக்கும் தென்படவும்
இல்ல!

வெளஞ்சு முத்தி
வெதயும் பக்குவமாகிறப்ப
கொல்லைக்கு எருவடிக்க
குப்பமேடு வெட்டுனாங்க!

என்னக் கண்டு குடும்பமே
ஓடியாந்து பறிச்சு கொஞ்சுனாங்க?

வெதையத் தோண்டிக் காயவச்சு.
சொரக் குடுக்கைய சுத்தமாக்கி
குட்டி பத்தாயம் என்ன
சாமி கூடத்தில
குந்த வச்சாங்க!

குண்டுமணி நகைன்னாலும்
வெறகுவித்த காசுன்னாலும்
கடலை வித்த பணம்னாலும்
எனக்குள்ளே குடும்பமே
கச்சிதமா வச்செடுக்கும்!

பந்தகாச்சி திருவிழாவுக்கு
மொத்த சனம் போனப்ப
மீதம் இருந்த பனங்காச
நான்தான் பாதுகாத்தேன்!

என்ன வெதயா வீசியெறிஞ்ச
மவராசன்
காய்ச்சலா கிடந்தப்ப
வைத்தியங்கிட்ட போக
பணமும் கொடுத்துவிட்டேன்!

பொழைக்க மாட்டாருன்னு
உறவுக்குச் சொல்லிவிட்டப்ப
குளிப்பாட்டி நாற்காலியில்
கொண்டு வச்சாங்க
நெத்தியில ஒட்டவும் ஒத்தகாசு
குடுத்து அழுதேங்க!

❖

ரத்தினம்

ஆத்தங்கர ஓரம்
ஆறுக்காறு அளவு

அத மேல மூட
அஞ்சாறு கீத்து!

மூணு தலைமுறையா
உட்கார்ந்து முடிவெட்டிக்கிட்ட
நாற்காலி!

அதிகமா சாஞ்சிட்டா
மூணு ஆப்பு சொருகி
நிமித்தணும்!

வெளிச்சத்த அனுப்ப
மேல மூடின
அஞ்சாறு கீத்து!

வானம் தூறும்போது
உள்ளே மழை பெய்யும்!

மூங்கில் தட்டி
கோட்டையின்
அரண்மனைக் கதவு!

ரத்தினத்திற்குப்
பல்லு மொளச்சப்ப
வாங்கின சீப்பு
இரத்தினத்துக்கும் சீப்புக்கும்
பல் பாதி கொட்டிடுச்சு!

செரச்சு வழிச்சிக்கிட்டு
பவுடர அப்புறப்ப
பஞ்சர் போட்ட டியூப்பா
தலை!

வாய்க்கா வரப்பெல்லாம்
அண்டைவெட்டும் தலையனைத்தும்
முடி வெட்டுறது
ரத்தினந்தான்!

வருசத்துக்கு ஒரு மூட்டை கூலி நெல்லு
வெளஞ்சாலும் கொடுக்காத மிராசுகள்
அதட்டியும் உருட்டியுமாய்
சில ஜமீன்கள்!

நீக்கு போக்காப் பேசி
வருசத்த கழிக்கும் நிலக்கிழார்கள்!

பேரு மட்டும் இல்ல மனசும்
ரத்தினம்!

சிரிச்சுக்கிட்டே
கடமை தவறாத
இராணுவ சிப்பாயி ரத்தினம்!

கத்தி புடிக்க தெரிஞ்ச போதும்
கத்திப் பேசத் தெரியாது!

ஊருல சிறந்த
பத்துப்பேருல
மொதலாவது ரத்தினம்தான்!

சின்ன வயசுல
முடி வெட்டிக்கிட்டப்ப
காசு கேட்டதேயில்ல!

எப்பவும் சிரிச்சுக்கிட்டேயிருக்கிற
அவ்வளவு பணக்காரனா ரத்தினம்?
சிரிப்ப தொலைச்சுட்டு
கோடிக்கணக்கா வச்சுக்கிட்டு
ஏழையா வாழுற நெறையபேரு
காசு கொடுத்ததேயில்ல...
பிம்பமா
தெரிஞ்சு மறையுறாங்க
மனசுல சிலையா
நிறைஞ்சது ரத்தினந்தான்!
❖

மாயக்கண்ணாடி

உதவியே நீ
தேவை ஏற்படுத்தியும்
உதவ முற்படுத்தியும்
உன் தொடர் பயணம்
கேட்டு நிற்கும்போது
கூனிக் குறுக்குகிறாய்
மனமுள்ள மனிதர்கள்
உன்னைப் பெற்றுவிட்டால்
பூரிப்பு புளகாங்கிதத்தின்
உச்சத்தைத் தொடுவதும்
எப்படி அடைப்பது
நன்றிக் கடனை
என்று தவிப்பதுமாய்

இருப்பு நிறைந்தவருக்கோ
பலரின் உதவிப் படையெடுப்பு!
இழப்பு நிகழ்ந்தவருக்கே
இல்லையெனும் கைவிரிப்பு!
இவர்களுக்கோ
வள்ளல் என்ற பட்டமளிப்பு!

பசியேப்பத்திற்குப்
பருக்கை தராது
புளியேப்பத்திற்கு
நுனியிலை விருந்து வைக்கும்
நுண்மாண் நுழைபுலம்!

உன்னைப் பெற
விரும்பாதபோதும்
நீ தேவைப்படும்போது
இதயம் திறக்காதவரை அடையாளப்படுத்துகிறார்.

நிதர்சன மனிதர்களை
அடையாளம் காண
ஆவன செய்கிறாய்!

உன்னைத் தர
விரும்புகிறபோது
நிச முகமூடி போட்டபடி
போலிகள் என்னைச் சுற்றி...

நீ ஒரு மாயக்கண்ணாடி
என் முகம் பார்க்க
எதிரே நின்றால்
பின்னால் நிற்பவரின்
முகத்தைப்
பிரதிபலிக்கிறாய்...

❖

திருநங்கை

நானொரு வெளிச்சம்
நானே பார்வை பொருளாவதால்!

இருட்டுக்குள் வீசும் கற்கள்
என் நெற்றிப் பொட்டில்
குருதி குடித்தபடி!

வெளிச்சமாகவும்
வெளிச்சத்தினுடனுமாய்
என் பிறப்பு பேசப்பட்டபோதும்!

இச்சை இருட்டுகள்
காமக் கற்களோடு
வெளிச்சங்களே என்னை
விலை பேசும்!

சதைத் துவாரங்கள் துழாவும்
நகம் தொலைத்த விரல்களே!

அகத்துவாரங்களை அடைக்க
மனிதாபிமான சாந்துகளை
விந்துகளால் குழப்பிப்
பூசுங்கள்!

சராசரியைவிட
வித்தியாசமானவர்
நாங்கள்!

உங்களை மனிதர்களாக மாற்ற பிறந்த
புனிதர்கள் நாங்கள்!

தொழ வேண்டாம்
கைப்பிரம்பைத் தொலையுங்கள் போதும்!

❖

களவாடிய கனவான்

ஆணிவேர்களை
அறுத்து
விழுதுகளைப் பிடுங்கிப்
பக்க வேர்களைத்
தன் அசுரபலத்தால்
பலவீனப்படுத்தி
களவாடிப் போட்ட
கனவானாய்ப்
பிரச்சனைகள்.

அத்தனை பிடிப்புகளையும்
இழந்து
விறகாய் வீழ்ந்து
கிடக்கும் மரம்!

தன் உயரத்தை
இழந்த பின்னும்
கிளைகளிலிருந்து
வேர் பரப்பிக்
கிளர்ந் தெழுகின்ற
கிளர்ச்சி!

ஒரு புதிய
உயரத்தைச் சமைக்கும்
உத்வேகம்.

வேர்விட்ட
மண் தொலைந்தபோதுதான்
மரத்தின் புலம்பலில் நியாயம்.

உயரத்தின்
இடைவெளிகளில்
நிர்மாணிக்கப்படும்
விடாமுயற்சியின்
கல்வெட்டு!
❖

அம்மா நீ பாவம்!

உன்னைக் காய்ச்சி
என்னை வார்க்கும்
அம்மா நீ பாவம்!

எதிர்மறையை
நேர்முறை திருப்ப
விசைச் சுழற்சியான
அம்மா நீ பாவம்!

கிருத்திருவம் கொண்டிருந்தபோதும் அதற்கான
மருத்துவத்தால் குணமாக்கிய
அம்மா நீ பாவம்!

கடிதம் வைத்து
கண்ணாமூச்சி
விளையாடியபோதும்.

தபால் பெட்டியாய் உள்வாங்கி
தகுந்த முகவரி சேர்த்த
அம்மா நீ பாவம்!

தேர்வில் எனக்குக்
கிடைத்த மதிப்பெண்ணுக்கு
நீ படித்த பாடம் அதிகம்,
அம்மா நீ பாவம்!

என்னை
ஆச்சரியக்குறியாக்க
எத்தனைமுறை நீ வளைந்து
கேள்விக்குறியானாய்...
அம்மா நீ பாவம்!

நடக்க மறுத்த காலுக்கும்
உலக நடைமுறை பழக்கிய
அம்மா நீ பாவம்.

நகரமாட்டேன் என
அடம்பிடித்த என்
வகுப்புச் சக்கரத்தை
அயரமாட்டாமல்
வடம் பிடித்திழுத்த
அம்மா நீ பாவம்!

புகார்களைக் குவித்தபோதெல்லாம்
தன் தலை குத்தி
சீத்தலைச்சாத்தன் ஆனாயே அம்மா நீ பாவம்!

பள்ளிதூரம் நானூறு மைலை
நானூறு முறை பயணித்துப் படித்தாயே
அம்மா நீ பாவம்!

வேதனை வெளிக்காட்டா
வேள்விகளை வேளையாக்கி
உன் கூட்டல்
பொருளாதாரம்
சந்தர்ப்பமற்றுக் கிடந்தபோதும்
கடன் வாங்கிக் கழிக்கும்
அம்மா நீ பாவம்!

நீ கட்டுவதற்குச் சாந்து குழைக்குமுன்பே
கடப்பாறைகள் வட்டமிடுகிறதே
அம்மா நீ பாவம்!

என் வெற்றிகள் வரவழைக்கும்
உன் கண்ணில் ஆனந்தக் கண்ணீரை!
❖

தோரணத் தோங்கட்டான்

எங்குப் பார்த்தாலும்
ஒட்டடைகள்
என் வீட்டுச்சுவர்
முடுக்குகளிலும்
என் மனச்சுவர்
இடுக்குகளிலும்
தோரணங்களாய்த்
தொங்கிக்கிடக்கும்
ஒட்டடைகள்!

குச்சிகளின்
நுனியில்
நார்களைக் கட்டி
எக்கி எக்கி
அடிக்கிறேன்.

வலிக்காத ஒட்டடை
என்னை வழுக்கிவிழச்
செய்கிறது.

சோர்வுகளை
வரவேற்கும்
தோரணத் தொங்கட்டானாய்
இந்த ஒட்டடைகள்!

அயர்வுகளை
மகிழ்வுகளாய்
வரவேற்கும்
மங்கல வாழையாய்
இந்த ஒட்டடை...
அசுத்தங்களை
மகிழ்ந்தழைக்கும் பூச்செண்டு!

சுத்தங்களின்
கல்லறையில்
மலர்வளையமாய்
போர்த்தப்பட்ட ஒட்டடையே!

அவ்வப்போது
உன்னை அடிக்கிறேன்.
வலிகள் எனக்கு
மட்டும்தான்!

நீ வராத வாழ்வுபெறத்
துடிக்கிறேன்.

என் மனச் சுவர்களில்
பட்டாடை மனிதர்களின்
பரிணாம வளர்ச்சி
ஒட்டடைப் புனிதமாய்

புதிய கரம் நீட்டுங்கள்
மேல் படிமங்களை விலக்கிப்
பழைய பளபளப்பை
மீட்டெடுப்போம்
அவர்களின்
சுண்ணாம்பு வெளுப்புகளில்
❖

இடர் வண்டி

இயங்கிக் கொண்டிருக்கும்
தொழில் நிறுவனத்தை
இடிக்கப்போவதாய் அரசறிவிப்பு!

தொடர்வண்டி செல்வதற்காக
இடம் கையகப்படுத்தப்படுகிறதாம்!
பத்து வருட
தனிமனித உழைப்பின்மீது
ஏறிப் பயணிக்கும் தொடர்வண்டி

ஆறுமாத ஊதியத்தை மட்டும்
ஆறுதலாய்த் தந்துவிட்டு
பத்து வருட
கனவுகளின் மீது
சறுக்கு விளையாடும் அரசு அபத்தங்கள்
நிலம் கையகப்படுத்தலில்
நீதியும் சேர்த்து கையகப்படுத்தப்படுகிறது.

குற்றவாளி
தப்பித்தாலும்
நிரபராதி தண்டிக்கப்படக்கூடாது
என்ற நீதி நூல்கள்
கடன்வாங்கித் தவணை அடைக்கும்
நில

நிரபராதியைத் தண்டித்து
அரசு
குற்றவாளிகளைத்
தப்பிக்க வைக்கும்
சட்ட ஓட்டைகள்

எரியப்போகும்
தீக்குச்சிக்கு
உணவாகப் போகும்
சட்டப் புத்தகங்கள்!
புதிய அம்பேத்கரால்
புதிய காகிதங்கள் செய்வோம்
சாமானியன் வாழ.
❖

காலக் குருவி

இளங்காலை செவிப்பறையில்
காலக் குருவியின் கானம்!
புரிந்கொள்...
புரிந்துகொள்கிறேன்.

பழகிக்கொள்...
பழகிக்கொள்கிறேன்.
தலையில் இடிக்கிறது
குனிந்து செல்கிறேன்
காலில் குத்துகிறது
தாண்டிச் செல்கிறேன்
கையில் சுடுகிறது
விரல் மடிக்கிறேன்.
வியர்வை துளிர்க்கிறது
காற்றைத் தேடுகிறேன்.
குளிர் வதைக்கிறது
கம்பளி ஒளிகிறேன்
செடி நனைகிறது
குடைகளைத் தருகிறேன்.
நான் நனைகிறேன்
கூரைகள் தேடுகிறேன்
புரிந்து கொள்கிறேன்
பழகிக் கொள்கிறேன்
எனக்குள் வாழ
ஏனையோர்க்கு வாழ்வாக!
❖

சுருக்குப் பை

என்னை எழுத
முற்படுகிற கவிதைகள்

கற்பனையின்
வாயிலாய்
எனக்குக் கட்டளையிடுகிறது.

எழுதாத பொருட்களைக் கொண்டு
என் வீட்டை
முற்றுகையிடுகிறது...

காகிதச் சங்கங்களும்
ஒழிக கோஷமிட்டபடி

அடர்ந்த சொல் கொண்டு வீசி
என் வீட்டுக் கண்ணாடிகள்
உடைகின்றன...

பேனாக்கள்
உண்ணா நோன்பு
போராட்டத்தில் மயங்கிச்
சுருண்டபடி என் வீட்டுத் தெருவில்

எழுதப்பட்ட கவிதைகளின்
சமரசத்தால் எந்த சமாதானமும்
ஏற்படவில்லை.

பெரும் பொருள் சேதம்
கவிதை வாகனங்களுக்குத்
தீவைப்பு

கட்டுக்கடங்காமல்
திரண்ட புத்தக
கூட்டத்திலும்
கண்ணீர்ப்புகைக் குண்டு வீச்சு

என் பிடிவாதம்
தளர்கிறது...

சுரந்த அருவிகளை
மறுபடியும்
மலையுச்சிக்கே
திருப்பிக் கொண்டிருந்த
என் மூளை!

தன் தவறை உணர்ந்து
மன்னிப்புக் கேட்டது.

அருவிகளென்றால்
ஆறுகளாகி
கடலைக் கைகுலுக்கும்
நிதர்சனத்தை விளக்கிப்
பொதுக் கூட்டம் நடத்தியது.

உயிருள்ள
உடன்படிக்கையில்
ஒப்பந்தம்
கையெழுத்தானது.

இறுதி நாள்வரை
எழுதுவதென்று
ஒப்பமிட்டுத்
தேடியபோது
காணாமல் போயிருந்தது
கவிதை.

புத்த மடாலயங்களும்
புலிகளின் சரணாலயங்களும்

காலப் பிசகுகளின்
காவுகள்
உயிர்ப்பலிகள்!

வாழ்ந்த வாழ்க்கைக்காக
வகைப்படுத்தப்பட்டது
ஈழ மண்!

வாழும் வாழ்க்கையைக்
குழி தோண்டிப் புதைத்தது
ஈன மண்!

மத வெறி
அடக்கு முறைக்கு
மண்டியிடாது
புதர் மறைவுகளில் புலிகளின்
கர்ச்சனைகள்!

சிறுபான்மையை
நசுக்கிப் பிழியும்
பெரும்பான்மை
புத்த மடாலயங்கள்.

காவுகளை
ஆனந்திக்கும்
துறவுகள்!
அகிம்சா
பொறுமையின் மீது
'ஆசிட்' வீசியபடி
கட்டவிழ்க்கப்பட்ட கலவரங்கள்.

ஊர்த்தலைவனுக்கு
பயங்கரவாதப் போர்வை
அணிவிக்கப்பட்டதால்
மக்களுக்கான பரிசும்
மரண தண்டனையாய்.

சரணடையும்
வெள்ளைக் கொடிகளையும்
தீக்களின் வாய்களே
தின்ற அவலம்!

பாதுகாப்பு அரண் புகுந்தோரை
பணயக் கைதிகளாக்கிய
போர்த் தந்திரங்கள்...

குண்டு மழையில் சிதைந்த
எலும்புச் சதைகளுக்கு
மருந்துக்குப் பதிலாய்க்
கூடுதல் சத்துடன் வழங்கப்பட்ட
இன்னொரு குண்டு...

தாக்குதல், வஞ்சகங்கள்
திக்கெட்டும் தேடித்தேடி
மனித நகர்வுகளைப்
பாசிசப் பசிக்கு
உணவாக்கி நடந்தபடி

போர் நிறுத்த
அறிவிப்பை
நம்பி வெளி வந்த
பதுங்குகுழி மனித உருவங்கள்.

கண்காணித்த பீரங்கிகள்
தன் ஆக்டோபஸ்
கைகளால் முதுகுவழியாய்
இதயத்தைப் பிடுங்கிய நேர்மை...

புல்டோசர்களால்
தோண்டப்பட்ட பள்ளத்தாக்குகளில்
சின்னாபின்னமான
மனிதப் பிண்டங்கள் சுருட்டி
தள்ளப்பட்டது
அதே புல்டோசர்களால்.
❖

வாக்குச் சீட்டு சந்தை

ஏலம் விடப்பட்டது
மக்களாட்சியின்
மலிவு விலைப் பிரசுரங்களாய்
வாக்குச் சீட்டுகள்.

கைமீது துண்டு போர்த்திய
மாட்டுச் சந்தை
பேரத்தில்
கட்சிக் கைகளால்
திணிக்கப்பட்ட
ரூபாய் நோட்டுகள்

நியாய அநியாயங்களை
அலசும் டீக்கடை பெஞ்சுகளில்

திமிங்கிலங்களின்
சுழற்சியில் சிக்குண்ட
பாய்மரங்களாய்...

தரை தட்டிப்போன
வாக்குப் பிரதிநிதிகள்

பயணத் தோல்வியை
பறைசாற்றியபடி
ஐந்து வருடங்கள்...

கொடுத்த பணத்தைப்
பலமடங்கு வட்டியுடன்
திட்டங்களால் சுரண்டும்
ஆட்சியாள அரசியலார்

வாய் மூடி மௌனியான
வாக்காள நடைப் பிணங்கள்
இன்னும் ஒரு பேரத்திற்காய்
தன்னைத் தயார்படுத்தியபடி...

❖

உன் பசியே
என் உணவு

குளத்து நீரில்
பொரி போட்டது
உன் பசிக்காக அல்ல
என் உணவுக்காக

திங்க வந்த நீ
தின்பண்டமாய்
பிடிபட்டாய்..

உள் நாசிகளிடம்
நலம் விசாரிக்கும்
தூண்டில் முள்.

கைப்பிடிகளின்
விசுவாசியாய்
வலைகளுக்கு
தப்பிய நீ
அலைகளோடு
கைகுலுக்கியபோது
தூண்டில் புழுவிற்கு
ஆசைப்பட்டு
துடிதுடித்தாய்

உன்னை
ஆர்வமுடன்
வரவேற்கும்
அம்மி மசாலாக்கள்.

உன்
குடல்களை உருவ
கூலிப் பரிமாற்றம்
துண்டு துண்டாக்கிய பின்பும்
உன் குலத்தொழில்
நீந்துவதையே
குழம்புச் சட்டிக்குள்ளும்...

முள்ளால்
பட்ட கோபத்தில்
தொண்டையைப்
பதம் பார்க்கும் உன்
கெண்டை முட்கள்...

மண்டை ருசிக்காக
நாக்குச் சொட்டிய
மனித நாக்குகள்

உன் இன
அழகுகளை
கண்ணாடி
தொட்டிலுக்குள்
இரசித்தபடி..
தூண்டில்
நீட்டியபடியே
தண்ணீர் பிரபஞ்சமெங்கும்...

ஒரு பூகம்பச் சுழற்சியில்
கால்கள் முளைத்து
கரை ஏறு
இனப்படுகொலை தவிர்க்க.

❖

கொழும்பே!

தமிழ் உணர்வுக்கும்,
தமிழர் உணர்வுக்கும்,
குழம்பாய்ப் பிசைந்த காலம் தொலைந்து...
நூறடிக்கு
இராணுவத் துப்பாக்கி!
வாகனச் சோதனை!

குண்டு சத்தத்தில் கொண்டாட்டங்கள்
குருதிக் குளியலால் செம்மண்ணாய்
ஆந்தைப் பார்வை
கண்சிமிட்டும் சந்தேகம்!

நிம்மதி கதிர் சுருக்கிய
ஒளிக்குடை மேகங்கள்
சுதந்திரம் தொலைத்தபடி
சோகக் கடற்காற்று!

கண்ணிவெடிகளைச்
சுமக்கும் காடுகள்!
பிரதேச பிரச்சினையில்
சில்லாகிப்போன மனிதம்!

சொந்தக் கரைக்கும்
சோகக் கரைக்குமாய்த்
தத்தளிக்கும் இள கட்டுமரம்!
தமிழ் சிங்களத்தை விழுங்கியபடி
மனிதத் திமிங்கிலங்கள்!

தலை விழுங்கலில்
கால் அசைவுகள்,
பதறடிக்கும் துக்க ஓலம்!
மண்வளங்கள்
வசவுகளை முனுமுனுத்தவாறு
மனித அவலங்களையும்...
தன் மடி பிறந்த மக்களையும்...
❖

ஏ மனிதா!

என்னைப் பயன்படுத்தி
ஏழுகடலைப் பயன்படுத்தி
எட்டா மலையும்
கொடியுயர்த்தாது
உன் காயங்களால்
எனக்குத் தழும்புகள்.

ஆக்கங்கள் மறந்து
அழிப்புகளே உன்
அன்றாடக் கவனிப்புகளாய்
மாறி மாய்ப்பதற்கு
மாற்றாய்
வாழ வாழ்த்திப் பழகு

குண்டுகள் சுமக்கும் தோளில்
தொண்டுகளின் தோழமை
உலக உருண்டை
தரவரிசைப் பட்டியல்
உனக்கான முதலிடம்!

வீதி பலகைகளும்
தோழமைக்கான சின்னமாய்
சிங்களத் தமிழையும்.
சேர்ந்து சுமந்தபடி!

கசப்புகளைக் கைவிட்டு
இனிப்புகளுக்காய் நாவைத் தயார் செய்ய
வாயை இப்போது கொப்பளிப்போம்!

அருகில் வர.
அனைவரும் விரும்ப!
❖

சிதம்பரனார் இழுத்த செக்கு

வ.உ.சி.
ஆங்கில அரசுக்குக் குத்தூசி!

மனிதனை உருவாக்க மாடாய் உழைத்தவன் நீ தாய்
மண்ணின் உரிமையை வேராய் உயிர்த்தவன் நீ

''செக்கு' கிழித்த வள்ளல்களுக்கு நடுவே
செக்கிழுத்த செம்மல் நீ மட்டுந்தான்.

ஆங்கிலேயச் சாட்டையால்
அறையப்பட்ட அடிமைசாசனம் இருந்தும்
அன்று நீயிழுத்த செக்கிலோ அவளே புண்ணாக்காய்

நீ இழுத்த சோகத்தைத்தான் செக்குகள்
இன்றும் முகாரியாய்ச் சத்தம் எழுப்புகிறதோ!

செக்கிழுத்தவன் நீயென்பதால் தான் இன்றும்
சரித்திரம் உன்னையே சுற்றுகிறதோ!

மாடாய் நீ வாங்கிய அடியோ
மனம்மாறி அவன் வழங்கிய விடுதலை ஆசியாய்!

எள் என்று சொல்லும் முன்பே
எண்ணெயாவது பழமொழி
அப்படிச் செக்கை நீ இழுத்ததால்தான்

அடக்குமுறைகளைத் தூக்கியெறிந்தாய்
நீ இழுத்த செக்கிலேயே
அடிமை விலங்குடைக்கும் தேதி குறித்தாய்!
❖

காமராஜரின் மேல் துண்டு

வேட்டிகளுக்குக்கூட விருதுகள் கிடைக்காத பொழுது
உன் துண்டுக்கோ விருதுநகரே கிடைத்தது!

தொண்டுகளால் நெய்த துண்டு உன் மேல்துண்டு
ஓரத்தில்கூடக் கரையில்லா ஒப்பில்லாத் துண்டு

வெள்ளை நிறமும் தன்முகம் துடைக்க
உன் கைத்துண்டைக் கடனாய்ப்
பெற்றுச் செல்லும்!

மதிய உணவுக்குக் கஞ்சிகளை வடிக்க
பள்ளிகள் கைப்பிடித்த துண்டு உன் கைத்துண்டு!

படிக்காத மேதை நீ பல்கலைக்கழகத்தில்
படிக்கும் மேதைகளுக்கும் பாடநூல் ஆகின்றாய்!

பார்க்கலாம் என்ற உன் ஒற்றை வார்த்தையும்
பல பக்கங்களால் விரிந்து அரசியலுக்கு
பாடமானது

முக்கால் கை சட்டைமீது அமர்ந்திருந்த
உன் கைத்துண்டோ
எக்காலும் எங்கள் எழுதுகோலுக்கே பாடமானது!
❖

கலைஞர் ஓர் எரிமலை

கண்ணதாசனைக் கலைஞருடன்
சேர்த்து வைத்த கண்ணியமிகு சேலமே!
உன்னை என் கவிதையால் வணங்குகிறேன்!

மு.க.நீ யென்ன
முழு தமிழனும் சுவாசிக்கும் மூக்கா!

இல்லை. நீ பூமியே சுவாசிக்கும் மூக்கு.
எரிமலை! இந்த எரிமலை

பள்ளத்தில் இருந்துதான் எரிமலை தோன்றுமா?
ஐந்தடி குள்ளத்திலும் எரிமலை தோன்றும்!

கலைஞர் எனும் கழக எரிமலை..!

உனக்கு மாமியார் வீடே
டால்மியாபுரம் தண்டவாளம்தான்..!
தலை வைத்துப் படுத்தாய்!

உன்னை விருந்துக்கு அழைத்து
கொண்டேயிருக்கும்
கோட்டை
அது பாளையங்கோட்டை!
எரிமலையே...

நீ பொங்கினாலோ பூம்புகார்
வடிந்தாலோ வள்ளுவர் கோட்டம்
குமரி இடம் சென்றால் மட்டும்
ஒன்றிரண்டு போதாது உனக்கு
மூன்றும் வேண்டும் என்று
ஐயன் திருவள்ளுவரிடம் சொல்லி அறிவிப்பாய்!
யாரும் தவறாய் நினைக்கக்கூடாது
குமரிக்கடல் போனால்
முக்கடலும் வேண்டும் என்று பொருள்!

நீ அதிசய எரிமலை
கொந்தளிக்கும் போதெல்லாம்
கோட்டைக் கொத்தளத்தில்
திராவிடக் கொடியேறுகிறது!
உன் கிளர்ச்சிகள்தான்
இன்று கிளைக் கழகங்கள்!
நீ அண்ணாந்து பார்த்த இடம்
அனல்மின் நிலையம்!

தந்தையின் தடி ஒரு கையில்
அண்ணாவின் பொடி ஒரு கையில்
பொடிப் பொடியாய் ஆனது
ஆரியம் உன் கையில்!

எரிமலையே
உனக்குத் தெரிந்த தெல்லாம்
தீக் கட்சி மட்டும்தான்!

அரசியல் களத்திலோ:
காலை ஒரு கட்சி,
கடும் பகல் மறுகட்சி,
மாலை தனிக் கட்சி;
மறுபடியும் தாய்க் கட்சி!

எரிமலைதான் நீயென்றாலும்
கொள்கைக்கு ஊறுவந்தால்
நீ கொள்ளிமலை!
மடமைகளை மாய்க்க வந்த
மருதமலை!

நீ எரிமலை! அதனால்தான்..!
எந்த நீலிக் கண்ணீராலும் உன்னை
அணைக்கவே முடியாது..!
அழிக்க நினைத்த கைகள்கூட, உன்னை
அணைத்த பிறகே வென்றது!

உன் சூட்டில் பழுத்த மாம்பழம்கூட
இலையுடன் சேர்ந்து வெந்தது!

பொறுக்கும் எரிமலை நீ பொறுத்தாய்!
கன்னடத்து ஓலையிலும்
வள்ளுவனை வடித்தாய்
கன்னட வட்டாள்கள்கூட
முட்டாளாய் நின்றார்கள்!

உன்னை எதிர்த்தவைகள்தான்
எரிந்து போயின...
எதார்த்தங்களே
உயிர்மெய் ஆயின!

வெற்றி பெற்றால்தான்
ஊர்தரும் பூச்செண்டு!
நீயோ...
தோல்வியிலும் துவளாத தீச்செண்டு

ஆட்சியில்லாத போதும்
ஆத்திரத்தை அடைகாக்கும்
சூத்திரம் உனக்குண்டு!
அதனால்தான்...
அக்கினிக் குஞ்சாய்
ஐந்துமுறை நீ

முதலமைச்சராய் ஆனதுண்டு
நீயும் உடைந்ததுண்டு
தமிழன் உருப்படி ஆகவேண்டித்
தறுதலைகளின் தெருப்படி
உடைத்ததுண்டு!

பூமியிலிருந்து உதிக்கின்ற
முதல் சூரியன் எரிமலை
உன்னிடம் யாரும்
நெருங்க முடியாது

நீ தண்டவாளத்தில் தலைவைத்தாய்
இந்தியின் வண்டவாளமே ரயிலேறியது!

இந்திரா கொண்டு வந்தார்.
எமர்ஜென்சி நீ
தமிழனுக்காக
இந்தியாவையே தூக்கி வரும் ஜே.சி.பி!

உழுதவன் வாழவே
உழவர் சந்தை.
நீயோ... காய்ந்தவர் வயிற்றுக்கே
அரிசி கொடுத்த
ஒரு ரூபாய் கங்கை!

உன் வெட்டிய நகத்தின் வீரியமும்
ஆட்சியாய் மாறியதுண்டு

நீ அடித்தட்டுகளை
மறக்காத படிக்கட்டு
இக்கட்டுகளில் பூக்கும்
பூக்கட்டு!

எரியும் பிரச்சினைகளை
காய் நகர்த்திக் காயப்படுத்தாமல்
கந்தகப் பயத்தாலே
காரியம் முடிப்பதும் நீ

தென்றல் உலாவும் இடத்தில்
தீக்கங்கு தோன்றாதா!
பூவுள்ள இடத்தில்
பூகம்பம் புறப்படாதா?

உன் ஒற்றை விரலசைத்தால்
ஓராயிரம் எரிமலைகள்!
அவை உன்
உணர்வில் பிறப்பெடுத்த
உடன் பிறப்பெனும்
திருமலைகள்!

நீ பிடித்த பேனாவில்
எரி நெருப்பின் மையே
எழுத்தாய் மாறியது !

எப்போதும் அம்புகள் உன்
நெஞ்சையே குறிபார்க்கின்றன! ஆனால்
'23ஆம் புலிகேசி' வடிவேலு கதையாய்
விடுபவன் விலா எலும்பையே
திரும்பிப் பாய்கிறது!

உனக்குப் பின் என்றொரு
கேள்வி வந்தால்
இத்தனை தகுதியோடும்
இனியார் அந்த நாற்காலிக்கு..?

எரிமலையின் வீரியத்தை
விவரித்தபடி நகரும்
இன்னும் ஒரு நூறாண்டு...

(சேலம் தந்தை பெரியார் பல்கலைக்கழகத்தில் நடந்த விழாவில்)

❖

படமல்ல தாராபாரதி; பாடம்!

'கிழக்குத் தானாய் வெளுக்காது அதைக்
கிழிக்காவிட்டால் சிவக்காது!'

தாராபாரதியின் போர்ப் பரணி பாடும்
புதிய பூபாளம்!

அகம் தொலைந்துபோன தமிழனுக்கு
நகம் முளைக்க வேண்டிய அவசியத்தை
உணர்த்தும் தேசியகீதம்!

தொப்புள்கொடிகள் தானாய்
அறுத்துக் கொள்ளும் குறைபாடுள்ள சமூகத்தில்
திண்ணைத் தமிழனுக்கும்
விண்ணைக் கிழிக்கவும்.
விலாசம் தந்து
அன்னைத் தமிழனாக மாற்றிய
அரிமா இந்தத் தாராபாரதி!

அநியாயம் கண்டு அக்கினியாய்
மாறவேண்டிய விழிகள்
அரிச்சுவடி மறந்து
அங்கதம் சிமிட்டும் இமை மயிராய்
நிற்பதை இம்மியும்
பொறுக்காதவர்தான் தாராபாரதி!

அதனால்தான் 'இமை மயிரும் ஈட்டியாக'
என்று பாடினான்; அவன்
சரிகமபதநிச கவிஞனல்ல.
சரித்திரக் கவிஞன்.

ஒரு மனித உருவம் பெற்றவனல்ல;
ஓராயிரம் மனித உள்ளம் பெற்றவன்!

இருபத்தோராம் நூற்றாண்டின்
பராசக்தியை வணங்காத பாரதிதான்
இந்தத் தாராபாரதி!

சுவர்ப் படங்களில் ஒன்றாய்
மாட்டப்பட்டவனல்ல அவன்,
தமிழனின் சுவாசக் காற்றைச்
சுத்தமாய் மாற்றம் செய்தவன்.

மானுட முகங்களில்
மனிதங்களைத் தொலைத்த
கவிஞர்கள் ஏராளம்!

பாடை செல்லும்வரை
மனித மகத்துவத்தைப்
புனிதமாய்ப் போற்றிய
புதிய புத்தன் இந்தத் தாராபாரதி

முதல் ஒன்றும் இல்லாதவனைக்கூட
உலகின் முதல் ஒன்று நீயென்று
முன்மொழிந்தவன்.

'வெறுங்கை யென்பது மூடத்தனம் உன்
விரல்கள் பத்தும் மூலதனம்!'
என்ற வரிகளின் மூலம்!

உன் எழுதுகோல்
பாரதியின் மிச்ச
மையைக் கொண்டு
பாரதக் கண்களுக்கே மைதீட்டியது!

கவிதைத் தேரைப் பூட்டிக் கொண்ட
நம் தந்தை
பார்த்த சாரதிக்கும்
கை நீட்டியது!

உழத் தெரிந்தது.
உன் எழுதுகோல்
அதனால்தான்
புல்லாய்க் கிடந்த நாங்கள்கூட இன்று
நெற்கதிராய்!
தொழத் தெரியாது
உன் எழுதுகோலுக்கு அது
தொழுவத்தில் பூட்டப்பட்டவனின்
திறவுகோல்.

பட்டுக்கோட்டைக்குப் பிறகு
பாட்டாளி வர்க்கத்தின்
கூட்டாளி உன் எழுதுகோல்!

பெரியாரின் கருமை
நிரப்பிக் கொண்டதே
உன் பேனாவின் பெருமை!

தமிழ்க் கவிக்கு
உன் எழுதுகோல் தளகர்த்தா!
உன்போல் எழுதிக்காட்ட
எங்களுக்கும் வரம் தா!

நீ வைத்துச் சென்ற எழுதுகோலைப்
பிடித்து ஒரு பரம்பரையே எழுதுகிறது?
உன் பரம்பரை அது
காரல்மார்க்சியம் பேசும்
கவிதைப் பரம்பரை...

வளர்ந்தவனை
வாழ்த்துவதல்ல
உன் எழுதுகோல்! அது
வளர்ந்தவனை
நிமிர்த்த வந்த
நெம்புகோல்!

கன்னக்கோல்
சாத்துபவர்களைத்
துரத்த வந்த
கைக்கோல் அது!

நாங்கள் எண்ணெயாய்
எரிவதில்
ஊற்றியிருப்பதும்
எரிமலையாய்!
❖

சூரதா

துண்டு துண்டாய்
பிறக்கும் சாதிகளை
காகிதத் துண்டுகளில்
குறிப்பவன் நீ!

எந்த வேட்டிக்கும்
பயப்படாத துண்டு
உன் மேல் துண்டு!

உன் துண்டுக்கோ
தனி முகவரியுண்டு!

பகுத்தறிவு நூல்களால்
நெய்யப்பட்டது
உன் மேல் துண்டு

வரம்புகளால் அடையாளம்
காணப்படும் துண்டுகளுக்கு நடுவே
வரம்புமீறும் அடையாளமாய்
உன் மேல் துண்டு!

உயிர் மனிதர்களை
சிலையாக்கியவன் நீ
சிலை மனிதர்களையும்
உருவாக்கியவன் நீ!

உன் தோள்
துண்டுகள் சுமந்த கர்வத்தில்...
உன் துண்டோ
தோள்களின் கண்ணியத்தில்!

எங்கள் ஜாதிக்காரனே..
உன் நினைவைப் போற்ற
மனிதம் வளர்க்கிறது...
ஏனெனில் நாம் மனித ஜாதி!
❖

பாவேந்தரின் மீசை!

எல்லாருக்கும் மீசை
ஆண் வர்க்கத்தின் அடையாளம்!
ஐயரிவரின் அறிவையும்
வீரத்தையும்
கைவரப் பெற்றது உன் கருப்பு மீசை!

கருப்பு முடிகளின் கலந்தாய்வுக்
கூட்டமல்ல... உனக்கு மீசை
கருத்துப் பிரசவத்தின்
தொப்புள்கொடிதான் உன் மீசை!

கோபக் குன்றாம் மூக்கு
அதை ஆற்றுப் படுத்தும்
கருப்பு அருவிதான்
உன் மீசை!

நெருப்பில் கருகும் ஆனால்
உன்னிடம் மட்டுமே அதிசயம்!
உன் முகமே ஒரு நெருப்பு

அந்த நெருப்பில் முளைத்த
சூரியத் துண்டே உன் மீசைத்துண்டு!

வீரியம் சுமந்த கவிதை
ஐயரின் விரிவாக்கம் நீ

பகுத்தறிவுப் பாதையின்
மொழியாக்கம் நீ

மீசை முளைக்காத
பெண்களும்
உன் நினைவு மீசையால்
ஆணாய் மாறும் அற்புதம்!

மன்னிப்பவனைவிட
மன்னிப்புக் கேட்பவன் பெரியவன்!
போர் தொடுத்தவனைவிட
அந்தப் போரைப் பெயர்த்தெடுத்துச்
சுமக்கும் நீ பெரியவன்!

உன் மீசைக்குள்
மயிராய்
எங்களை முறுக்கேற்றுகிறோம்!
❖

வள்ளலார் !

132 ஆண்டுக்கு முன்
மேட்டுக் குப்பத்திலே
ஒளி, நிலைபெற்ற அடுப்பா நீ
5818 பாடல்கள் பாடிய பொருட்பா நீ

ஆறறிவு மனிதனுக்கு
ஏழாம் அறிவு விஞ்ஞானம்
எட்டாம் அறிவு மெய்ஞ்ஞானம்

என்று கண்டுணர்த்திய
பதினெட்டாம் நூற்றாண்டின்
பார் போற்றும் அருள் ஞானி நீ!

வாடிய பயிர்கண்டு வாடினாய்
சாதிய பேதங்களைச் சாடினாய்

சங்கம் அமைத்து
சமரச சுத்த சன்மார்க்கம் தேடினாய்!

மூடிக்கிடந்த மூளை வெளியிலும்
அன்பெனும் உயிர்ஒளி அறிவே
என்று
அக இருளுக்குள் சூரியக் கலவை செய்தாய்!

புறவெளியில் சிறுமை படைப்போர்க்கு
உள்ளொளி தரிசிக்கும் உயர்நிலை ஊட்டினாய்!

அருட்பெருஞ் ஜோதி மட்டுமல்ல நீ
அறிவுக் கண் திறந்து
அருள் தரும் ஜோதி நீ

மூட நம்பிக்கையின்
முகங்கள் பெயர்த்தெடுத்தாய்

உன் ஆறாம் திருமறையால்
அகிலத்தைப் புதிதாய் வார்த்தெடுத்தாய்

ஒன்றை ஒன்று அடித்துச்
சாப்பிடும் அஃறிணையும்

ஒன்று ஒன்றாய்ப் பிடித்துச்
சாப்பிடும் உயர்திணையும் கண்டு

எல்லா உயிர்களும் இன்புற்றிருக்க
கண்ணீருக்குப் பதில்
செந்நீர் வடித்தவன் நீ!
கண்ணீரையும் காயப்படுத்தாதவன் நீ!

சமயச் சடங்குகளுக்கு
இறுதிச் சடங்கு செய்யச் சொன்னவன் நீ

கணவன் இறந்ததும்
மனைவியின் தாலியைப் பறிக்க வேண்டாம்
என்ற தீர்க்கதரிசி நீ!

‘காதுக்குக் கடுக்கண் போட வேண்டும் என்றால்
காதை ஓட்டையுடன் அல்லவா
இறைவன் படைத்திருப்பான்’ என்று
பகுத்து வினா எழுப்பிய பகுத்தறிவுவாதி நீ

காவி உடையணிந்த காரல்மார்க்ஸ் நீ
முக்காடு போட்டு வந்த முதல் பெரியார் நீ!

பகிர்ந்து கொடுக்க
பயன்தர
படைக்க
அருள
கனி கொடுக்கச் சொன்ன சத்தியஞான சபை
நீ

பாமரனுக்கும் புத்தியைத் திறந்த
அலாவுதீன் நீ!
சமயப்பகை மீது
சக்கரம் ஏற்றினாய்

சகலருக்கும் ஒருமை நிலை
வேண்டுமென்று சன்மார்க்கம்
ஏற்றினாய்

சாத்திரச் சந்தடியிலும்
ஸ்தோத்திர பொந்தடியிலும்
வீசும் மூத்திர நாற்றங்களை

அறிவு 'பினாயில்' கொண்டு
அடியோடு ஒழித்த
சமூகத் துப்புரவாளன் நீ.

புண்மார்க்கத்தின் பிடரியை உலுக்கினாய்
துன்மார்க்கத்தைக் கோடரியால் கிளறினாய்

சன்மார்க்கத்தை
சமூக மார்க்கமாக்கினாய்

தன்னுயிர் போல்தான்
மண்ணுயிர் என்று

மனிதாபிமானத்திற்கே
மகுடம் சூட்டினாய்

சித்தர்கள் போல் தோன்றிய
புத்தன் நீ

ஆசனங்கள் இல்லாமலே
சுவாசத்தைச் சுத்தம் செய்த சித்தன் நீர்

சாதிகள் ஒருபுறம்
சதிகள் மறுபுறம்

போதி மரங்களையும்
புற்றுகளாய் மாற்றுகிறது

உள் வேதியியலால்
அவை மாற்றம் பெறும்

விழாவின்
குன்றுகளில் ஏற்றப்படும்
உன் அருட்பெரும் ஜோதி
இடர் இருள் நீக்கி
அருள் தரும் ஜோதியாகும்!
❖

அம்பேத்கர்

ராம்ஜி பீமாபாயின் பதினான்காவது பதிப்பு
சாத்திரங்களை விரட்டவந்த சூத்திரர் பீமாராவின் பிறப்பு!

மகர் என்ற சாதியில் பிறந்தாலும் நீ
இந்தியாவிற்கே மகஜராய் மாறியவன்

கேட்க, பார்க்க தீண்டப்படாதது நீ பிறந்த இனம் பின்
கேட்டுப் பார்த்துத் தீண்ட
திசைகளைத் தீர்ப்பளித்தது உன் மனம்!

இங்கிலாந்தில் பாரிஸ்டர் பட்டம் பெற்றது
உனக்குப் பெரிதில்லை.
இந்தியாவில் மஹத்நகரில் ஏரிநீர் பெற்றதே
உனக்குப் பெருமை!

உன்னைத் தொட்டால் பாவம் என்ற இந்தியாவின்
முதல் சட்ட அமைச்சர் நீ

இன்றோ உன்னைத் தொட்டபிறகுதான் நீதியே
தீர்ப்புக் குழந்தையைத் தினம் பெற்றெடுக்கிறது!

கொட்டம் அடித்த கோட்பாடுகளை உடைத்து
எட்டுத் திக்கும் மனிதன் எல்லாம் சமம் என்றாய்!

மதம் இனம் மொழி பாராமல் அழைத்தாய் தினம்
மனிதம் உயரவே அயராமல் உழைத்தாய்

அரசாங்க முத்திரையில் அசோகச் சக்கரம்

கற்பு, ஒன்றுசேர், புரட்சிசெய் நீ இட்ட கட்டளை
பாமரனைப் படைக்களனாக்கிய மாற்றுப் பட்டறை

பிந்திய அரசியலாய் இருந்ததை நீ மாற்றி
இந்திய அரசியல் அமைப்பாய் உயர்த்தினாய்

அடிமைகள் ஆக்கப்பட்டவரையும்
ஆளவந்தவர்களாய் மாற்றியவன் நீ

தன்மானம் தலைநிமிர்வு தனித்தொகுதி
தாழ்த்தப்பட்டவனுக்கு நீ வாங்கித் தந்த தலைமைத் தகுதி

புத்தருடைய போதனையைக் கற்பிக்கும் விழுதானாய்
விழுதாய் இறங்கியவனையும் ஆள மனிதனாக்கினாய்

சமூக அறிவு அரசியல் சுதந்திரம் இது
தனி மனித வெற்றிக்கு நீ சொன்ன தாரக மந்திரம்!

அரசியல் நிர்ணய சபையில் உன் பேச்சு
அது தீண்டாமையை நிர்மூலமாக்கிய உரை வீச்சு

அதுவே உன் அறிவின் உயிர் மூச்சு
அன்று முதல் மனிதத்திற்கே நிம்மதிப் பெருமூச்சு!

போராட்டமே உனது பிறப்புரிமை
தேசிய நீரோட்டமே உனது வாழ்வுரிமை!

கலைத்துப் போட்ட சீட்டுகளை
கச்சிதமாய் அடுக்குவது சீட்டாட்டம்!

கச்சிதமாய் அடுக்கியதை
கலைத்துப் போடுவது போராட்டம்!

ஆமாம் நீ கலைத்துப் போட்டாய்
மனித அநீதிகளைக் களைந்து போட்டாய்.

❖

மீன் வீடு

கும்மிருட்டைப் பொத்தி மிதக்கும்
சிணுங்கல் கொலுசுடன் கால்

வரப்போரத்தில் சொட்டுகள்
போட்டபடி சொம்புக்குள் தண்ணீர்

நாற்றத்தைத் தாங்க முடியாமல்
மரங்களிடம் சாபமிடும் சருகு

சூரியன் ஒளிந்து கொண்டபின்
சுத்தம் செய்து வைத்த
தன் வளையை
மூடிய செம்மண் நிற
மனிதக் கழிவில்
மோதும் நண்டுகள்!

மடை திறக்க விரையும்
மண்வெட்டியிடம்
தேசியக் கொடிக்கான
மரியாதை விரைப்புடன்
விரைத்து நிற்கும்
சுருட்டியிருந்த சேலை!

பார்வைக் கழுகுகளை
வட்டமிடும் கண்களுடன்
குஞ்சுடன் கோழியும்!

குடும்பத்தையே
அம்மணமாக்கிப் பார்க்கும்
குட்டையில்
இரகசியங்களைக் கடிக்கும்
மீன் குஞ்சின் தூக்கப் புலம்பலில்

உண்ணவும் உறங்கவும்
ஆக்கப்பட்ட வீடுகளில்
கழிப்பறைகள் இல்லாமல்
போனதை எண்ணி உமிழ்ந்தது!
❖

கோடம்பாக்கம்

குளித்துச் சீவிச் சிங்காரித்துப் பூமுடித்து
இடத்திற்காய் ஜீன்ஸோ; மிடியோ
சுடிதாரோ,
புடைவை மிடுக்காய்க் கட்டி
அழைத்து வந்தவளுக்கு
பயந்து நேற்றைய தொடை வலியை
சொல்லாது
கடித்த இடங்களின் எரிச்சலை
காட்டிக்கொள்ளாது

வாடிக்கையாளர் எதிரே புதிதாய்
வெட்கப்பட்டு
பின்னழகைப் பார்க்க அவர் கேட்கும்
தண்ணீரைத் தந்து
பின்னால் நடைபோட்டுக் கன்னல்
புன்னகை சிந்தி
நீ உள்ளே போ என்றதும் கட்டிலை
அலங்கரித்து

விலை பேரம் பேசப்பட்டு,
மணிக்கணக்கா, தடவைக் கணக்கா,
நாள் கணக்கா. பணம் கை மாறியதும்
தகவல் தரப்பட்டு
'பார்த்து நடந்துக்க'
கம்பெனி நல்லா கொடு.
ரெகுலர் கஸ்டமர்.

உள்ளே வந்தவர்கள் சாப்பிட்டாச்சா.
எந்த ஊரு, எப்ப வந்த
பதிலுக்கு முன்னரே ஆடைகளைக் கழற்றி
அவசரமாய்த் துவைத்து
அழுக்கு மூட்டை எனக்குள்
அவரழுக்கையும் சேமித்து
இயந்திர கதியாய் அசைந்தும் சத்தமிட்டும்
வீட்டில் கிடைக்காததை
பூர்த்தி செய்வதாய்
கடைசி நிமிடம்வரை சரியாக நடித்து
அசைவ மனைவிப் பாத்திரத்தோடு.
கசக்கிப் பிழிந்த கரும்பெனக்கு
நூறு ரூபாய் டிப்ஸ்
பிடித்திருந்தவர்கள் தொலைபேசி எண்
பரிமாற்றம் நாளைக்கு போன் பண்றேன்.

வாரச் சம்பளம் பத்தாயிரத்தோடே
ஊருக்குக் கிளம்பி
பேருந்தில் சென்றிறங்கி,
சிறுவயதில் காதுகுத்தி,
மொட்டையடித்து,
வயது வந்ததையும் கொண்டாடி,
திருமணம், வளைகாப்பு, பிள்ளைப்பேறு
அத்தனையும்
நடந்தேறிய குலதெய்வத்திடம் பத்துக்
காசுக் கற்பூரம் ஏற்றி அணைத்தது..
அசையும் கல்லாய் நான்!
அசையாக் கல்லாய்ச் சாமி!
❖

காட்டூர்

குலக் கொழுந்துகள்
கொழுந் தீயில் வெந்தனவே!

குடந்தைப் பள்ளியில்
எதிர்காலம் வெந்து கருகுதே!

நெஞ்சம் வேகுதே!
காவிரியும் கண்ணீரின்றிக் கலங்குதே!

புத்தக மூட்டைகளும்
புரியாது கிடக்குதே!

ஜோடிச் செருப்பில் ஒன்று
புலம்பித் தவிக்குதே

மதிய உணவும் அடுக்குக்குள்
திறக்கும் விரலைத் தேடுதே;
புதிதாய்ப் பூத்த மலர் அடுக்காய்க்
கருகிக் கிடக்குதே!

முதல் வகுப்பில் நடத்திய பாடமும்
மனப்பாடம் செய்தவரைத் தேடுதே
சீருடை அணிந்த செம்மலர்கள்
செந்தீயில் வெந்தனவே!

குடந்தையே, உனக்கு மகாமகப் பலி
போதலையா?
கொழுந்துகளைத் தின்றதேனோ?

கரும் புகையானதே
ஏகக் கனவும் எதிர்காலமும்!

நம்பிக்கையாய் அனுப்பிய கருப் பைகள்
கல்லறையைச் சபிக்கின்றனவே!

இக்கொடுமை இனிவேண்டா
எல்லாப் பள்ளியும் இப்பாடம் படிக்கட்டும்!

தீயே நீ எரிக்க வேண்டியவர் பட்டியலை
என்னிடம் கேட்டால் தந்திருப்பேனே.

முழுப் பட்டியலும் தருகிறேனே
நயவஞ்சகன், கயவன், நன்றி மறந்த
கொடுங்கோலன்.

இன்னும் எத்தனையோ தந்திருப்பேனே
தீயே நீ தீயவற்றை விட்டுவிட்டுப்
பூந்தளிரைப் புகைத்ததேனோ?

தீயே உனக்கும் அடங்காத பசியா?
உன் ருத்ர தாண்டவம் தடுக்க
இயற்கையே அழும்.
❖

கடலூர்

திக்குத் தெரியாமல் சீறிப் பாய்ந்த
சுனாமியே
நீயென்ன மரணத் திமிங்கிலத்தின்
பினாமியா?

குடும்பம் குடும்பமாய்
நீ விளையாடிய பத்து நிமிட
கண்ணாமூச்சியில்
கரை முழுக்கப் பிணக் குவியல்!

மரண வளையலை அணிந்து பார்க்கவா
ஞாயிறு விடுமுறையில்
கரைவந்து போனது உன் அலைக்கரங்கள்!

கரைச் சுவரேறி நீ
எட்டிப் பார்த்ததற்கா
இத்தனை உயிர்ப்பலி?

கிறிஸ்துமஸ் தாத்தா வேடமணிந்து நீ
சடலப் பரிசுகள் தரவா கரையேறினாய்?

நீ கிரிக்கெட் விளையாட
மெரினா வந்து வேடிக்கை பார்த்தோரையும்
'ஆல் அவுட்' ஆக்கிச் சென்றாய்!

மீன் கேட்டுப் படகு வரிசைகொண்டு
வந்தவர்களுக்கு மரண விருந்து வைத்துக்
கரையனுப்பியவன் நீ!

எந்த உயிர்ப் பத்திரத்தையும்
கடைசி ஆசைகேட்காமல் அரிக்கும்
இராட்சதக் கறையான் நீர்

பூமித் தட்டுகள் புரண்டு படுத்ததும்
எழுந்த சுனாமியே
உதிர்ந்த மயிர்களாய் மனித உடல்கள்,
தாயை இழந்த தனயன்
தளிர்களைப் புதைத்த தாய்!

மரண விளையாட்டை
அனுபவித்த மழலைகள்!

காலை விடியலைச் சுவைத்த
கதிர்கள்!

விடுமுறையைக் கழிக்கவந்த
விடலைகள்!!

நடைப்பயிற்சி மேற்கொண்ட
முதியவர்கள்!

விடியலைத் தேடிச்சென்ற
மீனவர்கள்!

பரமபிதாவிடம் பண்டிகையில்
முறையிட்ட ஏசுகள்!

பளிங்கு மாளிகையாய்
பாதுகாத்து வந்த கூரைக் கொட்டகைகள்!

அலையோடு அதிக உறவுகொண்ட
கரைக் கிராமங்கள்!

இத்தனையும் உண்டபின்னும் அடங்காத
பசியா?
உன் பசி அடங்காது!

நாங்களும் காத்திருக்கிறோம் உண்டுவிடு;
அழுவதற்கு ஆளில்லாமல்...!
கெஞ்சுவோம் என்று நினைத்தாயா!
அறிவியல் விழிகொண்ட சுனாமியே
உன்னைப் புரட்டிப் படிப்போம்
நாளைய சந்ததிக்கும்
உன் புதிருக்கான விடையளிப்போம்!
❖

தமிழா எழு!

தென்றல் தமிழனே
புயலாக மாறி வா!
தேடிய பகை முடித்து
தென்றலாக மாற வா!

உதயக் கதிரென
உடனெழுந்து ஓடி வா!
உச்சிவான் சுடரென
செஞ்சுடர் காட்டி வா

கடலின் அலையென
களங்காணத் திரண்டு வா!
திடலில் மாற்றானின்
தலைகளைக் கொய்வோம் வா!

கருப்பைச் சிசுவையும்
களங்காணக் கூட்டி வா!
நெருப்பைக் கண்களிலே
நீயேந்தி நிமிர்ந்து வா

கூர்கொண்ட வாளெடுத்து
நேர்கொண்ட பார்வையோடு
பார்சிறக்க நிமிர்ந்து வா!
பகைமுடிக்கத் துணிந்து வா!

காட்டுச் சிங்கமென
கர்ச்சித்து ஓடிவா!
வேட்டுச் சிதறலென
வெடிக்குரலோடு வா!

காவளர்ந்த மரமெனும்
கரமுடையாய் எழுந்து வா!
நாபிறந்த நற்றமிழை
காப்பதற்கு முழங்கி வா!
❖

மெல்லத் தமிழினி வாழும்

மெல்லத் தமிழினி வாழும்
கொல்லத் துடிப்போரை மாய்க்கும்!
உள்ளக்கிடக்கையில் சூழும்:
உணர்வுள்ளோரிடம் கூடும்!

நல்ல தாயவள் தமிழ் அவளுக்குச்
செல்லப்பிள்ளைகள் நாம்!
அள்ளி அமுதூட்டி அரவணைப்பாள்:
அத்தனை பாலிலும் தேன் கலப்பாள்!

மெல்ல விஷம் கலக்கும் கொடியோனை
கொய்து தலை கொண்டு வா என்பாள்!

'தமிங்கிலம்' பேசும் தனையனைச் சுட்டி
'இவன் எனக்கா பிறந்தான்!
இருக்காதென்பாள்?
பெற்றுதான் விட்டேனோ?
பெறுந்துன்பம், பெருந்துன்பம்!
தாய்மடியை மறந்து நாய் மடியில் பால்குடித்து
நோய்மடியில் புரண்டு தவிக்கின்றான்;
நன்மகனே வா! என்று நமையழைப்பாள்!

உன் உடன் பிறந்தவன்தானே
அவனைத் திருத்து உடனே
என ஆணையிடுவாள்
அவன் திருந்துவதில்தான் நம்
குடும்பப் பெருமை!
அவன் வருந்துவதில்தான் நம்
குலப்பெருமை!
மாற்றான் தோட்டத்து மல்லிகையிடம்
மயங்கிவிட்டான், மனம் மாற்று!
அவன் மதிமாற்று

தாய்ப்பால் குடித்தால்தான் நோய்சாகும்.
என அறிவுறுத்தி அவனைத் திருத்து
என ஆணையிடுவாள்!

திருந்தி வருவான் அவன்
திரும்பி வருவான்;
மயக்கம் தெளிவான் அவன்
மனம் வருந்துவான்.
தாய்ப்பால் குடிப்பான் அவன்
தமிழ்ப்பால் குடிப்பான்;
தன்னலம் மறப்பான் அவன்
தாய்நலம் தொழுவான்!

எழுச்சிமிகு போர்க்களத்தில் வாளாவான்;
சூழ்ச்சிமிகு சமூகத்தின் மருந்தாவான்!
வீழ்ச்சி என்பதில்லாமல் போரிடுவான்;
ஏய்க்கின்ற எத்தர் தலை வீழ்த்திடுவான்!
மெல்லத் தமிழினி வாழும்:
கொல்லத் துடிப்போரை மாய்க்கும்!

சிலம்பை உடைத்து நீதி சமைத்தாய் இன்றோ
சிலையை எடுத்து வாஸ்து படைக்கிறாய்
அவர்கள் அல்லவா தமிழ்த்தாய்!
கண்ணகியே நீ செய்தது நியாயமா?
கற்பைக் காசாக்குவோர் ஆட்சியிலும் நீ
கற்புக்கரசியாய் விளங்கியதேன்?
நீதியின் நெற்றிப்பொட்டை உடைப்போர்முன் நீ
நீதிச் சிலம்பை ஏந்தியதேன்?

மதுரையை எரித்த கண்ணகியே நீ
மாண்பு கெட்டோரை எரித்துவிடு!
தமிழ்க் காப்பிய நாயகியே நீ
தன்மானம் இழந்தோரைப் பொசுக்கிவிடு!
கற்புக்கரசி கண்ணகியே,
கலக தேவியரை அழித்துவிடு!
இளிச்சவாயன் தமிழனென்று
இத்தனை கொடுஞ்செயல் நடக்கிறதோ?

மூட நம்பிக்கைக் கோபுரத்தில்
சிலம்புக் கலசமும் சிதைபடுதே!
வாஸ்து சாஸ்திர நம்பிக்கையால்
கற்பின் சின்னமும் அழிவுறுதே!
கண்டும் இருப்பவன் தமிழன் இல்லை மீண்டும்
கட்ட வைப்பவன்தானே தமிழன்!
பொதி சுமக்கவா வெற்றுடம்பு?
போர்க்களம் தழுவும் மார்த்தழும்பு!
❖

தமிழ்த் தாகம்

தமிழ் அண்ணே!

நெஞ்சு நிமிர்ந்த உள்வீரம்
நேரமாய்க் கழியுது உணர்ந்திடண்ணே
ஓடும் நதியுனக்குச் சொந்தமில்லை
ஓதும் மொழியுனது மொழியுமில்லை
வாதும் சூதும் குறையவில்லை
வாழும் தமிழா! உணர்வுமில்லை.

பிழைக்க வந்த பேடிகளும்
பிழையென உன்னைப் பேசுகிறான்!
நகைக்க நகைக்க உன் மொழியை
நரித்தனம் செய்து பொசுக்குகிறார்
வால்பிடித்தாய், நூல் பிடித்தாய்
வஞ்சகத்திற்குத் தீ கொடுப்பாய்!

பக்கத்துக் காடுகூட
பகைமையை அழிக்குதண்ணே!
வெட்கத்தில் தலைகுனிந்து
வேகமாய்ப் பறக்கிறண்ணே
தாகத்தில் பறக்கணும் அண்ணே
தமிழ்த் தாகத்தில் பறக்கணும் அண்ணே
❖

ஆதலினால் காதல் செய்வீர்

வேருக்கும் விழுதுக்கும் நன்றி சொல்வேன்;
விதை முளைக்கின்ற தறுவாயில் நன்றி சொல்வேன்!
ஊருக்கும் உலகுக்கும் நன்றி சொல்வேன்:
தமிழ் படிக்கின்ற வாயென்றால் நன்றி சொல்வேன்!
நீ வாழும் நிலையறிந்தால் நன்றி சொல்வேன்;
நிழலும் தமிழென்று நீயறிந்தால் நன்றி சொல்வேன்!
போலி மாயையை யுடைத்தால் நன்றி சொல்வேன்;

பொழுதெல்லாம் பொங்குதமிழ் சுவைத்தால்
நன்றி சொல்வேன்!
வாழும்போதே தமிழுணர்வு கொண்டுவிடு
நன்றி சொல்வேன்!
வாழ்வைத் தமிழுக்கே தந்துவிடு
நன்றி சொல்வேன்!

நோயென்றால் நீ முனகுவது
'மம்மி'யென்றா?
பாய் விரித்தால் கொஞ்சுவது 'டார்லிங்' என்றா?
நாய்கூடத் தாய்மொழியை மறப்பதில்லை;
நாயினும் கேடுகெட்டாய் பொறுப்பதில்லை!
நாகரிகப் போலியாய் நஞ்சுமுண்பாய்
உலகக்கதைப் பேசி உன்னினம் அழிப்பாய்!
தமிழுக்குத் தன்னுயிரைத் தர வேண்டாம் நீ
தனக்காகத் தமிழ் உயிரைக் கொன்றிடாதே!

உமிழ்கின்ற எச்சமெல்லாம் உன்முகத்திலே.
உற்றுப்பார்; மல்லாந்துகிடப்பது நீ மட்டும்தான்!
ஆணவப் பேச்சாலே அழிவுமட்டும்தான்
அரசியல் கட்சிகளுக்கு மிஞ்சும் உள்ளம்
தனக்காகக் கணக்குப் பார்த்ததற்குச்
செருப்படியாம்
தமிழ்க்கணக்கை நீங்கள் பார்க்காததற்கு
எதால் அடிப்பது?

கன்னட வெறியர்கள் தமிழரை விரட்டுகிறார்.
சிங்கள வெறியன் தமிழரை அரட்டுகிறான்.
மராட்டிய வெறியன் தமிழரை மிரட்டுகிறான்.
கவலைகளை நிரப்பாதீர்!
எண்ணங்களில் புரட்சிசெய்ய
எழுந்துவிட்டோம் நாங்களெல்லாம்!
வண்ணக் கனவுகளை வார்த்தெடுக்க
இரவுகளை இப்போதே நாங்கள்
வாங்கி வைத்துவிட்டோம்!

'குழலினிது யாழினிது என்பதம் மக்கள்
மழலைச் சொல் கேளாதவர்.'
இந்த ஒலிவாங்கி முன்
மீசையுள்ள குழந்தையான
நான் சொல்லிப்போடும் சொல்லைக் கேளாதவர்
மழலைச் சொல் கேளாதவர் ஆகிவிடுவீர்கள்.
ஆதலினால் காதல் செய்வீர். என் பேச்சை!
இனிய தமிழ்ப்பேச்சை!
❖

மூட விலங்குகள்

மேடையில் முழங்கும் மேதாவிகள்
எழுத்துப் போரிடும் வேந்தர்கள் சிலர்
கருத்து முழக்கத்தைக் குவிப்பார்கள் அவர்கள்
காரியம் செய்வதில் நடிப்பார்கள்!
சொல்லும் வகை செய்வதென்றால்.
சொல்லுங்கள்:
சொன்னபடி நடப்பதென்றால்
நில்லுங்கள்!

ஊருக்கு மட்டுந்தான் உபதேசமென்றால் நீர்
பாடையில் போவது நல்லதென்பேன் நீங்கள்
பாடாமல் சாவதுதான் நல்லதென்பேன்!
சொல்வேறு செயல்வேறு வேண்டாமெனச்
சொல்லுபவரே நடப்பவரே கிடைக்கட்டும்.
தமிழுக்கு: தமிழர்க்கு!

ஏகாந்த நிலைக்கு ஏவிச் சென்றவர்கள்
ஏர்வாடிக்கு வந்தார்கள்
பில்லி, சூன்யம், பிசாசு ஓட்டுகிறோம் என்று
பணம் கரக்கும் எமகாதகர்கள்
காப்பகங்கள் நடத்தினார்கள்!
குணமான பின்னாலும் விடுதலை செய்யாது
விபச்சாரத்தில் ஈடுபடுத்தினார்கள்!

மனம் உள்ளவர்கள்
மனநோயாளிகள் ஆக்கப்பட்டார்கள்
தப்பு செய்வதைத் தட்டிக் கேட்டதால்
ஓலைக்குடிசையில் ஓலச்சத்தங்கள்
ஒன்றும் அறியாத 'வளர்ந்த' குழந்தைகள்
தீயின் வாய்க்குள் ஓலமிட்டன!
ஓடமுடியாது பூட்டப்பட்டிருந்தது!

விலங்குகள் அவர்களுக்கு மட்டுமல்ல
மூடநம்பிக்கையால் சாகும் இந்தச்
சமுதாயத்திற்கும்தான்!
❖

சாதியைச் சாம்பலாக்கு

சாதிகளற்ற சமுதாயம்,
வறுமையற்ற சமுதாயம். சமயமில்லா
சமுதாயம்.
சமத்துவமுள்ள சமுதாயம்
பாரதியின் பார்வை பாரதம் சிறக்கும் பார்வை!

வேர்வை சிந்துவது உழைப்பாளி   பணப்
போர்வையில் புரள்வது முதலாளி
என்ற உண்மையை
உழைப்பு எந்தன் கைகளுக்கா...
ஊதியம் உந்தன் பைகளுக்கா?
என்ற உணர்வை
ஊட்டியது பாரதி!
தனியொரு மனிதனுக்கு உணவில்லையெனில்
ஜகத்தினை அழிக்க முயன்றவன் பாரதி
சாதியை எரித்தும்
சாம்பலாக்கியவன் பாரதி!

பாராளுமன்றத்தில் பெண்களுக்கு
33 சதவீதம் இடஒதுக்கீடு
பேசவைத்தான் பாரதி!
சட்டிப்பானைக்குள் உன்வாழ்வு
சவமாகிப் போவதா?
வெளியில் வா! கற்று முன்னேறு!
சமத்துவம்பெறு! என்று
பெண்களுக்குக் காட்டிக்
கொடுத்தவன் பாரதி

பிரதமர் பதவி. முதல்வர் பதவி.
விளையாட்டு. காவல் துறை.
அனைத்துத் துறையிலும் பெண்களை
உயர்த்திப் பிடித்தவன் பாரதி

உயர்வு தாழ்வு உடைய வேண்டும்
உண்மையொன்றே உலகில்
சமத்துவம் பெற வேண்டும்
என்ற உரத்தை உள்ளத்திலிட்டவன் பாரதி.
பாரில் தீயவை விளையாதிருக்க
பாரதி கனவு கண்டான்.
பாரதி கனவை நனவாக்க
நம் பள்ளிகள் முயலட்டுமே!
சமத்துவம் எங்கும் சரியாய் விளைந்து
குடையாய் ஆளட்டுமே!
சகதியில் புதைந்து தீயவை எல்லாம்
உரமாய் ஆகட்டுமே!

பாரதி கனவை நனவாய் மாற்றி
பாரதம் சிறக்கட்டுமே!
❖

மாற்றுப் பெண்

அடுப்போடு போராடும்
அகலிகை எங்கள் கதை:
துடுப்போடு வந்தாலும் கரை
துலங்காக் கடல் நாங்கள்!

பெண்ணெனப் பிறந்து
பெற்றோர்க்குச் சுமையாகி
மண்ணோடு மடியும்
மனமில்லை எங்களுக்கு,

பொன்னாக எங்கள் வாழ்வு
பொங்கிவர வேண்டாமா?
மனிதர்களைப் பிரசவிக்க
மனித இயந்திரமா நாங்கள்?

கணவர்களுக்குப் பணி செய்து
கால்பிடிக்கும் மாக்களல்ல;
வீட்டை மட்டும் பராமரிக்கும்
வேலைக்காரி இல்லை நாங்கள்!

நாட்டையே செப்பனிடும்
நல்மணிக்கதிர் நாங்கள்
சமுதாயச் சாக்கடையின்
சழக்குகளை மாற்றிவிட்டுப்
புதிதான யுகம் படைத்துச்
சரித்திரத்தை மாற்ற அஞ்சோம்!

❖

நாளை உதிப்பான்!

அந்தக்
காலை நேரத்தில்
கடற்கரையில் நான்.

உதயசூரியன் முகத்தில்
சிவப்பு!
ஏன்?
செங்கடலில் குளித்ததாலா?

உச்சிவானுக்கு
ஓடிச் சென்றான்;
ஏன்?
நீலக்கடலோடு ஊடலா?

இல்லை:
இல்லவே இல்லை!

எந்தமிழருக்குக்
கொடுமையா?
தமிழுக்கு
வறுமையா?

கொதித்தான் முகம்
சிவந்தான்
கதிர் நீட்டிச் சுட்டான்

உச்சிவான் சென்று
பகைவரை எரிக்க
எண்ணி ஓடினான்!

இன்று மாலை
உறங்கினாலும்
நாளை உதிப்பான்;
புதிய
தமிழகத்தைப் படைக்க!
❖

அமில வியர்வை

களங்களில்
நெற்போர் குவித்தோம்: இன்று
வரப்புகளில் எலிப்போர்
நடத்துகிறோம்.
எங்கள் ஊரில் ஏதோ சிலபேர்
இலவச மின்சாரத்தால்
அரைவயிற்றுக் கஞ்சியையாவது
அவ்வப்போது குடித்தார்கள்!

தந்திரி மார்களாய் விளங்கும்
மந்திரிமார்கள் நம் பூமியின்
தரித்திர மார்கள்!

சரித்திரம் இவர்களையும்
குறித்து வைத்துக் கொள்ளும் அவமானம்!
பெண்களின் 'விளக்கு மார்கள்'
விவரம் கேட்டால்தான்
நமக்கெல்லாம் கலக்கம் தீரும்!
விவசாயி வாழ்வுக்கு
விடையும் கிடைக்கும்!

நாற்காலி முதலைகளின்
காவடித் தறுதலைகள்,
மண்சோறு சாப்பிடுகின்றன.
தலைவியின் ஆயுசுக்காக!
மண்குடிசை மழலைகள்.
மண்ணே சாப்பிடுகிறார்கள்.
சோறு கிடைக்காமல்
மாளிகையின் இறுதிச்சடங்குக்காக!

ஆட்சிக்கென்று
ஒரு திட்டமுமில்லையா?
யார் சொன்னது?
ஊர் ஊராய்க்
கோடி செலவில்
'திட்ட' அறிவிப்பதே எங்கள் திட்டம்!
சட்டமன்றத்திலோ தினம்
முந்தைய ஆட்சியில் இழந்த
முந்தானைச் சண்டை!

பாராளுமன்றத்திலோ தினம்
இல்லாத கோயிலுக்காக
குழாயடிச் சண்டை!

மக்கள் பிரச்சினை பேசாத
மன்னர்களின் ஆட்சி!
இதுவே நம் தேசத்தின்
மக்களாட்சி!

வரி வரியென்று
வரிந்து கட்டிக்கொண்டு
நடுத்தர வர்க்கத்தின் முதுகில்
வரிச்சுமை!

பதுங்கு குழிகளாய்
பளிச்சிடும் சாலைகள் நாளை
லஞ்சத் தலைமுறையின்
சவக்குழியாய் மாறும்!
அதற்கான
இழவுப் பணமே
நாம் கட்டும் சாலை வரி!

நிலவரி
வறுமையைப் பிரசவித்து,
வாய்பிளந்து கிடக்கும்
வயல்களுக்கும் வரி அது
நாம் போடும் வாய்க்கரிசி!

வைரஸ் கலந்து
வாசலுக்கு வரும்
வாரத்திற்கு ஒரு முறை
கழிவு நீர்த் தோழனையும் கூட்டிக்கொண்டு!
அடுத்த மறுநாள்
தெளிக்கும் பால் வரி
அதுவே நீர்வரி!

இவர்களின் பரம்பரை
இறுதிச் சடங்குகளுக்காக,
இரத்தத்தை வேர்வையாக்கி
உழைக்கும் பாட்டாளி வர்க்கம்!

வியர்வைத் துளிகளெல்லாம்
'ஆசிட்' அமிலங்களாய்
உருமாறும் – அன்று மாறும்
நமக்கான துரோகம்!
❖

கோயில்

ஆரத்தித் தட்டில்
விழும் ஐம்பது
காசுக்கு
வேதங்கள் விற்குமிடம்

சமுதாயப் பிரச்சனை
சரியாக அளந்திட
சராசரி மனிதனின்
திண்ணை மேடை

மங்கையரின்
சிங்காரப் போட்டிக்கு
இளசுகள் வட்டமிடும்
நாடகக் கூடம்

ஏழைகள்
தங்குவதற்கு
ஏற்படுத்தப்பட்ட
பாதுகாப்புக் கூடம்

காதல் காட்சிகள்
படமாக்கக்
கற்சிலை கவிபாடும்
கவின்மிகு அரங்கு.

ஆண்டவன் மட்டும்
அதே கல்லாக
அன்று முதல்
இன்று வரை.
❖

பொறுக்க மாட்டேன்

இயந்திரமாய் நானென்றும்
இயங்க மாட்டேன்;
இருப்போரின் சொற்கேட்டு
மயங்க மாட்டேன்:

உத்தமனாய் வாழ்வதற்குத்
தயங்க மாட்டேன்;
உண்மையான கனவுமின்றி
உறங்க மாட்டேன்;

நியாயத்தின் உள்ளிருந்து
இறங்க மாட்டேன்:
நிதம் துன்பம் சூழ்ந்தாலும்
கலங்க மாட்டேன்:

அரசின்குறை இடித்துரைக்க
அஞ்ச மாட்டேன்:
ஆசைகாட்ட நினைத்தாலும்
இணங்க மாட்டேன்:

வள்ளல் குணம் இல்லாமல்
வாழ மாட்டேன்;
வாக்குறுதி எவருக்கும்
வழங்க மாட்டேன்;

தமிழ்ப்பெயர் இல்லாத்
தெருவைக் காணமாட்டேன்:
தமிழருக்கு இழுக்கென்றால்
பொறுக்க மாட்டேன்.

❖

பூமிக்குப் புதிய அச்சு

பூமி அச்சுக்குப் புதியவடிவம்
கையில் ஏந்திக் களம் புகுவோம்.
தீயுலை, சம்மட்டியோடு
தீட்டுவோம் கூர்தீட்டிப்
புதிய அச்சை, வார்த்து எடுப்போம்!

பூமி அச்சின் 'இன்று ஒரு தகவல்'
தீவிரவாதமென்று திடுக்கிட வேண்டாம்!

ஆயுதம் ஏந்தினாலே தீவிரமா?
அப்போது அயோத்தியின் நிலையென்ன?

தீவிரவாதத்தின் தண்டுவடமாய்
இப்போது தற்காப்பு!
காவிச் சட்டைகளால் இன்று
சுறுப்புச்சட்டை
கையில்கூடக் கம்புகள்!

கருங்காலிக் கூட்டத்தால் இன்று
கண்ணியத்தின் முகத்திலும் கரும்புள்ளிகள்.

தமிழனின் தற்காப்புக்கலை இன்று
காவிரிப் பாசன பூமியாய்
எழுதுகோல் மையில்கூட
சமயச் சரீரங்களின் இரத்தவாடை

பலப்பக் குச்சியிலிருந்து
பரிணாம வளர்ச்சியடைந்த
இந்திய மண்ணிலிருந்து
ஒரு கல்பனாவின் விண்வெளி
நிரந்தரம்!
இந்திய வரைபடத்தின்
இதய நரம்புகளில் ஒன்றை இழந்தது!

மனிதர்களை விழுங்கும்
மதத் துவேஷங்கள்
உரத் தேவையின்றி உருவெடுக்கும்!
ஒட்டுண்ணிகளால்
பூமத்திய ரேகையும் சீழ்பிடித்தது

அச்சுக்கு உரிமை கொண்டாடும்.
ஆதிக்க வர்க்க
அமெரிக்கா
எண்ணெய்க் கிணற்றில்
தற்கொலைக்கு முயல்கிறது?

எதேச்சதிகாரமாய்
எலும்புக் கூட்டுக்கு
மனித நேயம் மண்டியிட
வேண்டிய புராதன வழிபாடு!

பூமி அச்சில் மிஞ்சிய
இரும்புத் துண்டுகளை
பேரீச்சம் பழத்திற்கு
விற்கும் எண்ணெய்க் கிணறு இராக்!

உலக எதிர்ப்பை உதறித்தள்ளிய
முதலைகள்,
உள்ளூர் எதிர்ப்பைப் பொருட்படுத்தாத
உடும்புகள்,
பூமி சுழற்சியின் எதிர்ப்பதங்கள்!

எலும்புத் துண்டுகளுக்காகக்
கைது செய்யும்
மோப்ப நாய்கள்!

இல்லாத மக்களைப் பற்றிய
கவலையில்லாமல்
இல்லாத கோயிலைப்பற்றியே
பாரளுமன்றத்தின் கவலை!

காவிக்காலிகளின் வாக்குகளுக்காகவே
நாற்காலிக் கனவுகாணுகிற
முக்காலிகள்!
பிரதமருக்கு அடிக்கடி
மூட்டுவலியும் உண்டு
அயோத்தீ மூட்டும் வலியும் உண்டு.

சாத்தானின் குளத்திலேயே
இலைகள் கைகளை
மறைக்குமளவு வளர்ந்துவிட்டது!

சாத்தான் ஓதிய வேதத்தில்
தேவர்களும் மயங்கிவிட்டார்கள்!

இந்தக் கலிகாலத்தில்
வளர்ப்புப் பிள்ளையே
செல்லப்பிள்ளையும் நாளை
செல்லாக் காசுதான்!

படைக்கும் திறமில்லாது
படைப்பாளியைக் குற்றம் சொல்லியே
காலத்தை ஓட்டும்
ஆட்சிப் புலவர்கள்!

வாழ்த்து அட்டை சுமக்கும்
கைத்தடிகளின்
காரியங்களுக்காக
வெட்கப்படுகிறது
பெரியாரின் கைத்தடி!
பெரியாரின் கைப்பிரம்பால்
பூமிக்கோர்
புதிய அச்சு செய்யலாம்!

அப்போதுதான்
அதர்மத்தின்
நெற்றியில் அடிக்கடி
குட்டு விழும்!

அந்நியக் கையிலிருந்து
ஆரியக் கைக்கு மாறிய
இந்திய மாயையின்
இடுப்பும் ஒடியும்!

அண்ணாவின் சுட்டுவிரல்
எலும்பில்கூட
பூமிக்குப் புதிய அச்சு செய்யலாம்!

உடன் பிறப்புகளின் ஊதாரித்தனங்களைப்
பொடியாய் உறிஞ்சிவிட்டு
நோய்களிடம் ஒட்டிக் கொண்ட
நாற்காலியைப் பிடுங்கி
தமிழ்த்தாயை அலங்கரிக்கலாம்!

அச்சு செய்வதற்கு
இரும்பும் நம்மிடம் இருக்கிறது
தீயுலை மட்டும் இப்போது
கொளுத்த வேண்டும்.
யார்யாரைக் கொளுத்துவது
என்பதிலேதான் நமக்குள்
வேறுபாடு!.
❖

பச்சைப் பச்சையாய்...

பச்சையைப் பற்றிப் பேசுகிறேன்.
பச்சையாய்ப் பேசுகிறேன்!
பாடியது பல வண்ணம் ஆனால், நான்
பச்சைக் குழந்தை பேசுகிறேன்.
'பச்சைத் தமிழன்' எனப் பெரியார்
மெச்சும்படி பேசுவேன்
பச்சோந்தியாய் மாறாமல் பேசுவேன்!

பசுமைப்புரட்சி செய்ய வேண்டிய நேரத்தில்
கடைசிக் கவிஞனிடத்தில் பச்சை ஆயுதத்தைத்
தந்திருக்கிறார்கள்.
உழவனின் உயிருக்கு உத்திரவாதமிந்தப் பச்சை!
கடலடியில் கால் பதித்து
கரைவெளியை உயர்வாக்கியது
இந்தப் பச்சை!

இச்சைமிகக் கொண்டு இவ்வுலகம் வாழ்வதற்குப்
பச்சை ஒன்றுதானே படிக்கல்!
இன்னும் சொல்லப்போனால்
அது அடிக்கல்! பச்சைப் பசேலென்ற
பயிர்கள் இல்லையெனில்
ஏது உயிர்கள், ஏது உணவு, ஏது உலகம்?
ஓசோன் படலத்திற்கே சவாலிந்தப் பச்சை!

பச்சை உள்ளங்கொண்ட
பாமரனாய் விளங்குதிந்தப் பச்சை
பச்சை மரத்தில் ஏதடா
பார்ப்பான் மரம் ஐயன் மரம்?
பார்ப்பவன் பிரிக்கிறான், ன்றும்:
சாதா மரமென்றும் !
பெரியாரின் வெங்காயம்
எதிரிகளை நிர்மூலமாக்கியது!
பெரிய வெங்காயம் சிலரின் ஆட்சியையே
நிர்வாணமாக்கியது!

சாதிச் சங்கங்கள் சண்டைகளாய் வளர்ந்தது;
சமய சமரசங்கள் சமத்துவபுரத்தால் வளருது!
புரியாததற்கு விலைகொடுக்கிறோ மென்றால்
அறியாமைக்கு அடிபணிகிறோமென்றால்'
அது புராணத்திற்கு!

காலதேவன்கூட கானா பாடும் காலமிது!
வேலன்கூட வள்ளியை
விவாகரத்து செய்யப்போகிறானாம்
மதத்தவர்களின் மனம் ஏனோ
இன்னும் மதம் மாறவில்லை.
அறம் காக்கும் நூல்கள்
அடக்கியிருந்தும் அலமாரியில்
புறம் தாக்கப் பூணூல்கள் புறப்படுது இன்றும்
சிறுபான்மைத் தாக்குதலால்
சிதையப்போகுது இந்தியா!
வருங்காலத் துருப்புச்சீட்டால்
புது நூல் செய்வோம்; வாங்கய்யா!

ஒரு தாய் மக்களென்று ஓதும்மொழி எங்கய்யா?
வறுமை என்ற சாதியை வஞ்சிப்பது யாரய்யா?
தனிநீதி மன்றங்களுக்கு
தனிநீதி தருவதென்ன நியாயம்?
மனுநீதி தனி நீதி என்றால்
நீங்கள் உயிர்துறப்பதே நியாயம்!
ஊழல் ஊஞ்சல் உங்களுக்கு
எத்தனை நாள் கைகொடுக்கும்?

கார்ல் மார்க்ஸியம் அறிந்தும்
கருவாடாய் வாழ்ந்திருங்கள்.

யாரு இங்கு ஆண்டாலும்
தீருவதில்லை நம் பிரச்சனை!
தீரும்வரை திறந்து வைப்போம் தீ விழியை;
தீர்வுகாணும்வரை ஏந்திநிற்போம் வாள்கவிதை!

தென்னங்கீற்றுக் கூரைதான்
தேசிய கீதத்தை மாற்றப்போகுது
தேசியம் தென்றலாகி
தெருவெங்கும் வீசப்போகுது!

திண்ணைத் தியாகிகளின் திரைமறைவுத் தீர்மானம்
மண்ணைக் காசாக்குது: மகிழ்ச்சியை மரணமாக்குது!
வஞ்சகம், பொய், வறுமை, தீண்டாமை
மண்ணுக்கு உரமாக்குவோம்!
மனிதநேயத்தைப் பயிரிடுவோம்;
மணித்தமிழுக்கு உயிரிடுவோம்:
பச்சைத்தமிழனை உயிர்த்திடுவோம்;
பசுமையை எங்கும் விளைத்திடுவோம்!

❖

அன்னை மரமே!

அன்னை மரமே. அன்னை மரமே!
என்னை வளர்த்தாயே;
மண்ணில் கொடையாய்க் கண்ணில் ஒளியாய்
மண்ணில் வாழ்ந்தாயே!

அன்னை சுமந்த கைகளின் வலியை
ஏற்று வாழ்ந்தாயே:
கிளைகள் சுமந்து கனிகள் சுரந்து
விதைகள் தந்தாயே!

மடியில் விழுந்து விழிகள் திறக்க
சுவாசம் தந்தாயே;
நடையைப் பழக வண்டியுமாகி
நடையும் பழக்கினாயே!

தொட்டில் சுமந்து கட்டியணைத்து
அசைந்து மகிழ்ந்தாயே
வகுப்புப் பாடம் தொகுத்துச் சுமக்கத்
தோளாய் நின்றாயே!

அன்பை அழைக்கத் திறக்கும் கதவாய்
வாசலில் நின்றாயே
நட்பை வளர்க்க நாங்கள் அமரும்.
நாற்காலி ஆனாயே;

அழிவே உனக்கு இல்லை என்னும்
அறிவைத் தந்தாயே!
அழிந்த பிறகும் மனித உடலை
எரித்து அழுதாயே

கடைசி வரையில் வாழ்வில் கலந்து
களங்கம் துடைத்தாயே!
காடு வளர்த்தால் நாடு சிறக்கும்
பாடம் தந்தாயே!
❖

கிராமம் போவோம்

மூச்சுக் காற்றும் புகையாச்சு:
பேச்சும் மொழியும் பகையாச்சு!
குடிக்குத் தண்ணியும் புழுவாச்சு.
கூடும் நட்பும் பழுதாச்சு!
மனம் விட்டுப் பேசி நாளாச்சு.
இனமே இப்ப மறந்தாச்சு.
இயந்திர வேகம் நாள் முழுதும்;
எத்தனை பளு இத்தோள் முழுதும்?
பொதி சுமக்கும் கழுதை நாமாச்சு;
மதி மறந்த மானுடம் நமதாச்சு!
மாநகர் பட்டணம் மிஷினாச்சி.
மனிதரெல்லாம் இங்கே மரப்பாச்சி

கிராம வரப்பில் என் பாட்டன்
கிழிந்த ஒரு முழக் கோவணத்தில்
எழுபது வயதில் ஏறுநடை   இது
தேசவளர்ச்சியின் வீரநடை!
சேற்றில் கிராமத்தின் காலிருக்கு:
சோற்றில் பட்டணத்தின் கையிருக்கு!
காற்றில் நெல்வாடை நிறைந்திருக்கு!
களத்து மேட்டில் உழைப்போ குவிஞ்சிருக்கு!
மருதாணி இலைக்குள்ளும் நாம் மணந்தோம்
மாட்டுச்சாணி நாற்றத்திலும் மனம் மகிழ்ந்தோம்!
தோட்டந்தொரவு தென்றலுக்குள்
தினம் நடந்தோம்   அந்தக்
கிராமம் போவோம் வாருங்கள்!

பணம் பண்ண பட்டணந்தான் ஓடி வந்தோம்.
பணமும் நிறையச் சேர்த்தாச்சு;
பந்த பாசமும் மறந்தாச்சு!
மனைகள் நிறையச் சேர்ந்தாச்சு:
மகிழ்ச்சி தொலைந்து நாளாச்சு!
மதிப்புகள் கூடிப் போயாச்சு:
கொதிப்பு இரத்தத்தில் நிறைஞ்சாச்சு!
கொழுப்பு முழுதும் உடலாச்சு:
சர்க்கரை உப்பும் நரம்பாச்சு!
வேர்வை உடலும் மறந்தாச்சு.
வேஷம் தினமும் புதுசாச்சு!

ஏரிக்குள்ளேயே பெருமூச்சு
எல்லா நோயும் தனதாச்சு!
மாடு கணக்கா தலையாட்டி.
மாட்டுத் தொழுவமா மணியாட்டி
மாசு நிறைஞ்ச இதயத்தோடு
மகிழ்ச்சி பூசிய உதட்டோடு
ஏட்டுக் கணக்கே தினம் பார்த்து
இதயக் கணக்கைத் தொலைச்சிட்டோம்!
எங்கே தொலைத்தோம் தேடுகிறோம்
பட்டண சத்தத்தில் தொலைத்துவிட்டோம்.
கிராமக் கொட்டகையில் கிடைத்திடுமாம.
வாங்க போவோம் கிராமத்திற்கு:
தாலாட்டுப் பாடும் தாயின் மடி! அந்தக்
கிராமந்தான் காக்குது. கிராமந்தான் காக்குது
பட்டண பாவத்தைக் கிராமந்தான் காக்குது
நல்லது செய்ய நல்லது சேர்க்க
கிராமம் போகலாம் வாங்க!

எப்படி இருந்த கிராமங்கள்
இப்படி ஆனதும் நம்மாலே!
பச்சைக்கம்பளம் விரித்தாற்போல்
படரும் விழியெல்லாம் பசுமைதான்!
வாய்க்கால் வரப்பு எல்லாமும்
வழிந்தோடும் தண்ணீர்தான்!
எருதும் ஏரும் நடைபோடும்;
எல்லாம் நம்மால் உணர்ந்தீரா?
நம்மைப் பெற்றது கிராமங்கள்
எலும்பும் தோலோடும் எத்தனைபேர்?
கிழக்கு அவர்களுக்கு விடியவில்லை.
கிழட்டுத் தனம்; மனத்தில் பொலிவு இல்லை!
கண்டு கொள்ளாமல் நாமெல்லாம்
உண்டு உறங்கும் உடம்போடு!
எழுங்கள் விரைவோம் கிராமத்திற்கு
உள்ளமும் உதிரமும் புதிதாகும்.
நரகமான நகரம் விட்டு
கிராமம் போவோம் வாங்க;
நோய்நொடி விரட்டும் தாயின் மடி!

மூத்த தலைமுறைக்குக் கொள்ளி வைக்க
முதியோர் இல்லங்கள் திறந்து வைப்போம்
பாட்டி கதைகளும் மறந்தாச்சு;
கேட்கும் பேரனும் பறந்தாச்சு
கணினி யுகத்தில் மனித நேயம்
அணுவுக்குள்ளே புகுந்தாச்சு!
டெஸ்ட் டியூபில் தாய்மைகளும்;
பிளாஸ்டிக் புட்டியில் தாய்ப்பாலும்
போதும் போதும் புறப்படுங்கள்
போவோம் வாங்க கிராமங்கள்!

❖

விளக்கு

விளக்கே
குளிந்து நீ சிரித்தால் குதூகலம்:
குலக்கல்விக்குக்கூட நீ குலவிளக்கு!
மதுக்கடை சந்துகளில் நீ விழித்திருந்தால்
கற்கள் உன் கண்ணைப் பறித்துவிடும்!
மாடி வீடுகளில் உன் விழிப்பால்
நாய்களும் தம் காவலைக் குறைத்துக்கொள்ளும்!
பருவக் காதலர்களுக்கு நீ பகையாளி;
பக்குவ முதியவருக்கோ நீ பங்காளி!

விளக்கே
நீ தூங்கினால்தான்
விபச்சார விலாசங்கள் விழிக்கும்!
உன்னை அணைத்துவிட்டுதான்.
உல்லாசமே துளிர்க்கும்!
உன் ஆயுள் முடிவில்தான்
அமைச்சருக்குக்கூட வருமானம்!
செத்தும் கொடுக்கிற சீதக்காதி நீ

விளக்கே
நட்சத்திர ஓட்டலில் உனக்கு அவமானமா?
வெட்கி முகம் தொங்கி வேதனையை அகம் தாங்கி
நீ நிறம் மாறும்போதுதான்
நிதர்சனங்கள் தெரிகிறது.
சிகப்பு நிறமானால் சில்லரைகள் குவிகிறது!
பச்சை நிறமானால் புகைவண்டி நகர்கிறது!
மஞ்சள் நிறமாகி வாகனத்தைத் திருப்புகிறாய்.

விளக்கே

ஓலைக் குடிசையிலும் உன் ஒய்யார
பார்வையில்
நாளைய அரசர்களை நன்றாக வளர்க்கிறாய்!
திசைதெரியாப் படகு நீ கலங்கரை விளக்கம்
நீ!
காட்டுக்கும்கூட நீ விலாசம் சொல்கிறாய்
வெற்றப்பருக்கும் நீ வெளிச்சம் தருகிறாய்

தெப்பக்குளத்திலும் நீ குளிப்பாய்;
உச்சி மலையிலும் நீ மிதப்பாய்!
சலங்கைக் கால்களால் சற்று நடுங்குவாய்:
தென்றல் பெண்ணாய்ச் சற்றே நாணுவாய்!

விளக்கே.

குலப் பெருமை காத்து நிற்பாய்
குடும்பப் பெண்ணிடம் பூத்து நிற்பாய்!
கல விளக்கங்களுக்குக் கூட
பொருள் விளக்கம் நீதான்!

மன இருளுக்கும் நீ
மாண்பு வெளிச்சம்!
பிரம்மனுக்கே நீதான் வெளிப்பாடு;
காமனுக்கோ உன்னைக் கண்டால் பிடிக்காது!
உன் உறக்கத்திற்குப் பின்தான் காமனின் புறப்பாடு!

விளக்கே

இருளை அழிக்கப் பாடுபடும் போராளி நீ!
பொருளைக் காக்கக் கண்விழிக்கும் மனிதாபி!
இரவுப் பயணத்தின் நடைகாட்டி:
இறுதிப் பயணத்தில் வழி காட்டி!
உன் பதவி கேளாதார் உலகிலில்லை:

விளக்கு என்பதுதான் உன் பேரோ? அருள்
விளக்கப் பாடுபடும் சூரியரே!
புற இருளைப் போக்குகின்ற நல்லனவே,
அக இருளைப் போக்கிவிட வந்தனவே!
இருள் சூழ்ந்ததனால்தான்
இத்தனை இடர்ப்பாடுகள் இத்தரைக்கு
ஒளி மூலமே, வழிகாட்டு
ஒளிமூலமே!

❖

தாகம்

இன்று ஏற்பட்டிருக்கும் தாகம்
அறிக்கைகளால் தீர்த்துவிட முடியாதது
செயல் பாட்டை தவிர!
இன்று ஏற்பட்டிருக்கும் தாகம்
எழுத்துகளால் தீர்த்துவிட முடியாதது;
கவிதையைத் தவிர!

இன்று ஏற்பட்டிருக்கும் தாகம்
ஒரே நாளில் தீர்த்துவிட முடியாதது
வரும் அந்த நாள்தவிர!
இன்று ஏற்பட்டிருக்கும் தாகம்
அடங்கி விடக்கூடியதல்ல
ஒவ்வொரு கூட்டத்தையும் தவிர!

தாகம்

விழிகளின் தாகம் அழகு!.
மொழியின் தாகம் கருத்து!
இமைகளின் தாகம் துடிப்பு:
இளமையின் தாகம் படிப்பு!
காதுகளின் தாகம் சப்தம்;
கருத்துகளின் தாகம் நிசப்தம்!

நெஞ்சின் தாகம் வலிமை.
நேர்மையின் தாகம் உண்மை!
பஞ்சின் தாகம் ஆடை
படையின் தாகம் குருதி!

பாதத்தின் தாகம் பயணம்!
படைப்பவனின் தாகம் புதுமை!

ஆணி வேரின் தாகம் ஆழம்!
பூமிஅச்சின் தாகம் சுழற்சி!
மேகத்தின் தாகம் பயிர்!
மரணத்தின் தாகம் உயிர்
கருணையின் தாகம் தர்மம்!
நாக்கின் தாகம் புதுச்சுவை!
நட்பின் தாகம் கொடுத்தல்!
தேனியின் தாகம் மலர்க்காம்பு!
தேடலின் தாகம் கண்டுபிடிப்பு!
ஊடலின் தாகம் காமம்!
உடலின் தாகம் இளமை!

தரணியின் தாகம் நிரந்தரம்!
தமிழின் தாகம் புதுமை!
தாகம் தானே
வாழ்க்கையின் வேகம்!
வாழ்க்கையின் தாகம் புகழ்
புகழின் தாகம்?
பூமிப்பந்து!
❖

இதுதான் வாழ்க்கை

கடக்க நினைத்தவனின்
இரு பெருமிதங்களில்
என் கட்டை விரல் பட்டுவிட்டது!

எதிர்பாரா நிமிடங்களில்
அந்த ஒரு நொடி
அதிர்ச்சி அலை எழும்ப
அவள் கூனிக் கூசினாள்!

வேண்டுமென்றா
நடந்து விடுகிறது
விபத்துகள்!

வாசல் இடைவெளியில்
கணப்பொழுது
விலகிவிடலாம் என்கிற
கணக்கு ஏற்படுத்திய
கலவரம் இது!

நாம் சேர நினையா
இடங்களும்கூட
ஏற்பட்டுவிடும் அலைகளால் நம்மை
இழுத்துச் சென்று
சேர்த்து விடும் விபரீதம்!

விதை!
நிலத்தின்
எந்த இடத்தில்
முளைக்க வேண்டும்
என்று யார் நிச்சயிப்பது?

எந்த நொடியில்
எந்த அலை எழும்பும் என்று
எந்தக் கணினி வரையறுக்கும்!

வானப் பொதிகள்
வந்து போகும் வழித்தடத்தை
கோள்கள் எப்படிக் குறிப்பிட முடியும்?
காற்றின் கடிகாரம்தானே
அதைக் கடைத்தேற்ற முடியும்!

பொழுது மலர்வதும்,
அந்தி சாய்வதும்,
பகலுக்கான பல்லவி!

வேர்வை கொட்டும்
கோடைத் தணல் காலத்தில்
போர்வை தேடும்
குளிர் வாட்டுவது எப்படி?

பௌர்ணமிக்காக ஆசைப்பட்டவளின்
வாழ்க்கை பகலிலேயே கழிகிறது!
❖

கனவில்...
காற்றில்...
அணுவில்...

அணுக்களைப் பிளந்த அறிவியலின்
மறுபெயர் அப்துல்கலாம்!

விந்தை அணுக்களின் வீரியசக்தி நீ
இந்திய வீரியத்தின் விவேக விஞ்ஞானம் நீ!

வல்லரசு என்பது உன் தாரக மந்திரம்
வாழ்க்கைத் துணையின்றி வாழ்ந்தது உன் சுதந்திரம்!

கனவுப் பிரதேசத்தின் காரியதரிசி நீ
நினைவுகளை விண்வெளிக்கு அனுப்பும் ஏவுகணை நீ!

அன்று நீ
தங்கச்சி மடத்தில் நீ செய்தித்தாள் போடும் பையன்
இன்று நீ
தரணி எங்கும் மடங்களில் பூஜிக்கும் ஐயன்

அரிய ஆன்மா கொண்ட உன் அர்ப்பணிப்பு
உலக நாக்குகளுக்கு அது அற்புத இனிப்பு!

இளைஞர்களை விழிக்கச் சொன்னாய்
விதைகள் நீங்கள் என்று முளைக்கச் சொன்னாய்

மனதுக்குள் களிமரங்கள் பழுக்கச் சொன்னாய்
மறுமலர்ச்சி தேசத்தை உயிர்க்கச் சொன்னாய்

மழைக்குப் பயந்த குருவியாய்க் கூட்டுக்குள் அடைவதா?
மேகத்திற்கு மேலெழும்பிக் கழுகாய்ப் பறக்கச் சொன்னாய்

தனிமனிதன் நீயில்லை.
வானத்தை அண்ணாந்து பார்க்கச் சொன்னாய்.

வையகம் உனதென்று
சிறகை விரிக்கச் சொன்னாய்.

சிறகு முளைத்தும் ஏன் நகர்கிறாய்
என எங்களைப் பறக்கச் சொன்னாய்

இன்னொரு கடல் வேண்டுமா, இறக்கி
நீந்தச் சொன்னாய்!
சூரியனாய்ப் பிரகாசிக்க வேண்டுமா?
சுடராய் எரியச் சொன்னாய்!

வெப்பத்தணலில் வீழ்ந்து மடியும்
கரியல்ல நாங்கள்!
வீரியம் கொண்ட சூரியன் நாங்கள்!

நீ மண்ணில் விதையாகப் புதைகிறாய்!
நாங்கள் முளைக்கிறோம்!

கிழக்கு வானில் புதிதாய் உதிக்கிறோம்
இருட்டுப் பிரதேசங்களில் ஒளிகளாய் நிரம்புகிறோம்.

பசித்திரு தனித்திரு விழித்திரு என்கிற
வள்ளலாரின் திருமூலம் நீ!

அறிவுப் பசிகொண்டு ஆக்கம் செய்தாய்
எளிமை அன்புகொண்டு தனித்திருந்தாய்!
எது வேண்டும் எல்லார்க்கும் என்று விழித்திருந்தாய்!

குறள் வள்ளுவனாய்க் குற்றம் தவிர்த்திருந்தும்
அதிகாரம் கைகளைக் கனமாக்கியபோதும்,
யார் மனத்தையும் நீ இரணமாக்கவில்லை!
நீயொரு புத்தன் போதிமரங்கள் ஆயின
பாடசாலைகள்!

நீயொரு காந்தி அகிம்சை ஆலயமானது
அறிவியல் கூடம்!

நீயொரு தேவர் வீரமும் விவேகமும்
இரு கண்களானது!

நீயொரு மெய்ஞ்ஞானம் ஆராய்ச்சிகளும்
விஞ்ஞான விபூதி பூசிக் கொண்டது!

எம்மதமும் மனிதமதம் என்ற
மகாதத்துவன் நீ!

கனவில் காற்றில் அணுவில் நீக்கமற
நிலைத்திருக்கும் நீங்காப் புகழ் நீ!

உன் விழி கொண்ட புதிய
வழிதேடுவோம்!

இன்னும் பலபூமி இன்னும் பலசூரியன்,
புதிதாய்ச் செய்வோம்!
ஓர் உயிர் உள்ளிருந்து பிரிந்ததாக
யார் சொன்னது?

நூற்றிருபது கோடி இந்தியன் உயிரிலும் நீ
நீக்கமற நிறைந்திருப்பாய்.
வந்தே மாதரம்!

❖

சித்திரை மொட்டு

புதிதாய்ப் பிறந்த சித்திரையே
பூத்திடு எல்லாருக்கும் புதுமையையே!

துயரத்தைக் கணக்காய்ச் செலவு செய்
இன்பத்தைச் சேமிப்புக் கணக்கில் வை?

கடுஞ்சொல்லைக் காணாமல் தொலைத்திடு
காதல் சிரிப்பைக் கனியுதட்டில் தந்திடு!

கசப்பை நாட்குறிப்பிலிருந்து கிழித்தெறி
கனிவைப் பூஞ்சிரிப்பிலிருந்து பிழிந்துதா!

வெயில் காலத்தைப் பனிக்காலத்திற்குப் பங்கிடு
மழை நாள்களை மறுபடியும் தந்திடு

குளங்களை நிரப்பிடு வயல்களில் விளைந்திடு
அடுக்களையில் பொங்கிடு! ஏழைகளுக்கும் உணவிடு!

அழுகைச் சத்தத்தை நேற்றைய இரவோடு தொலைத்திடு
சாவு என்பதையே வாழ்விலிருந்து விடுத்திடு!

இளமை என்பதை வாழ்வெங்கும் நிறைத்திடும்
முதுமையை மொத்தமாய் விலக்கிடு

மாலை நேரம்போல.
மாலையும் கழுத்தும்போல.
மல்லியும் வாசம்போல.
வளையோசை கட்டில்போல

வந்த ஆண்டே தங்கி விடு
வாழ்வில் மகிழ்ச்சி ஒன்றே தங்கவிடு
❖

பொணத்துக்கு வழி

நிலா வட்டத்திற்குள்
அவ்வைக் கிழவி
நூல் நூற்பதுபோல்
வட்ட முகத்தில்
ஒடுக்கு விழுந்த கன்னம்!

வெளுத்த மீசையில்
எண்பது வயது தள்ளாட்டத்திலும்
சுரக்கும் வீரம்!

தடியூன்றி நிமிர்ந்து
அடியெடுத்து வரப்பில் நடந்தால்
நகரும் கடந்தகாலப் பதிவுகள்!

குடிக்காட்டு மோலய்யன்
வெத்தல பொட்டியோட
கூட நடப்பான் இன்னொரு கைத்தடியா!

தாமரை இதழ் விரிச்சு
கொஞ்சமா மலரும்!

தூரத்தில் வெள்ளி நாளை வருவதாய்ச்
சொல்லிக் கொண்டிருக்க
காலால் நீரை வீராசாமி ஆர்சுத்தியார்
தள்ளிவிடத் தள்ளாடிப் போகும்
அத்தனையும் ஒரு கணம்
தாமரைக் குளத்தில்!

தவளைகள் தாண்டிக் குதிக்கும்
மீன்களும் பாம்புகளும்
அடுத்த கரைக்கு நீச்சலடிக்கும்!
எழுபது வருடம் பின்னோக்கி
கொமரிகள் குளிக்கும்போது
கரையில் இருந்த துணியெல்லாம்.
காரப்பத்த இடுக்கில ஒளிச்சி
வச்சத மனம் அசைபோட
முகத்தைக் கழுவிக் கரையில் ஊன்றியபோது

சுடுகாட்டுச் சாம்பல்
வெற்றிலை 'மை'
குடுகுடுப்பையோடு
நடுநிசிக் குறி சொல்லித் திரும்பிய
குடுகுடுப்பைக்காரன்!

தலைக்கட்டு பூச்சு
வேசத்தை மாற்றி
பூம்பூம் மாட்டுக்காரனானான்!

தலையை உயர்த்தி
வானத்து நிலவைப் பார்த்தபோது.
அப்புச்சியும் அம்மாச்சியும்
ஒவ்வொரு நாளைக்குக்
குண்டான் சோத்துல
குழம்பு பிசஞ்சு
கொத்து உருண்ட
உருட்டி உள்ளங்கையில்
வச்சு நிலவக் காட்டுனது
நிழலாடுச்சு

"நேத்தைக்கி
புத கௌவிய
பொதைக்கப் போனப்ப
நம்ம வயல தொவச்சிட்டானுவய்யான்னு!"
மோலய்யன் சொல்ல
"சாவு போறப்ப
வெள்ளாம பெரிசில்ல விடுடா"ன்னு
பெரிய மனசு பிறப்பெடுக்கும்!

"புளுவுணி சாமிநாதன்
பொண்டாட்டி செத்தப்ப
தூக்கிட்டுப் போவ வழிவிடலய்யா
அந்தப் பயலுவ"ன்னு மோலய்யன் குமுற.

"பொணத்துக்கு வழிவிடாதவன்
வாழ்ந்தாலும் பொணந்தான்
விடுறா மோல"ன்னு மெதுவா நடந்தாரு!

கீழவரப்புல அடிவச்சு குந்துனப்ப
வரப்பு தகராறுல
வடக்கூட்டு வகையறாவே
வெட்டிக்கிட்டு செத்தது நியாபகம் வர
"வரப்பே இல்லாம பண்ணனுண்டா
மோல.
குடு வெத்தலய போடுவோம்"ன்னு
பெருமூச்சு விட்டு வெத்தலைக் காம்ப கிள்ளினாரு...
"வேப்புடி என்னடா ஆனான்
மோலா?"

"அட யேய்யா கேட்குறீங்க!
முப்பது குழி சண்டைக்கு
முன்னூறு குழிய வித்துட்டாய்யா
வக்கீலு செலவுக்கும்
வாயிதாவுக்கும்!"

"பொசக்கெட்ட பயலுவன்னு"
பொக்கவாப் பல்லா மென்னு
நடந்தாரு!

"விடியாமூஞ்சி ஊருய்யா இது
விடியவே விடியாது"ன்னான்
மோல
பளிச்சின்னு விடிஞ்சிருச்சு
பொழுது?

❖

அப்படி நடந்திருக்க வேண்டும்

வெற்றி விலாசம்
கொண்ட என் கைகளைக் குலுக்கி
முண்டியடிக்கும் உற்றார் கைகள்!

பாராட்டு மொழிகளில்
புதிய இலக்கணம் படைக்கும்
தாராளங்கள்!

அடி சறுக்கும்போது
கை கொட்டிச் சிரிக்கும்
ஏளனங்களாய் மாறிப்போகும்
மனிதாபிமானம்!

இப்படிச் செய்திருக்க வேண்டும்
அப்படி நடந்திருக்க வேண்டும் என்று
நடவடிக்கைக்கான
நியாயம் புகட்டும் ஊர்வாய்
சுயநலப் பேணலைப்
படம் எடுத்தது

நாவில் வேல் குத்திக் கொண்ட
காவடிக் கூட்டம்
என் முதுகைத் தேடியபடி
❖

மாநகராட்சி எல்லை

பக்கத்து மனிதர்களின்
துர்நாற்றத்தை முறியடித்தபடி...

என் நாசிப் பரப்பை
ஆசுவாசப்படுத்தியது
மலர் சொரிந்த சாலையோர மரம்.

தண்ணீர் ஊற்றாதவனுக்கு
தன் கிளைகளை மூடி
வாசத்தைத் தடுத்துக் கொண்டதில்லை
அந்த மலர்க்காம்புகள்.

மாநகராட்சி எல்லை என்பதால்
தன் வேர்களைச் சுருக்கிக் கொண்டதில்லை.

அவ்வழியாய்ப் போகும்.
சிவப்பு சைரன் வாகனத்திற்குத்
தலை வணங்கிப் பழக்கமில்லை.

தன்னில் அமர்ந்து
தன்னை உண்டு
கூடுகட்டி இனம் பெருக்கப்
பறவையை அழைத்தபடியே!

எல்லைச் சுவருக்குள்
தன் கிளைகளை
மடித்துக் கொண்டதில்லை,

காற்றுடன் மட்டும்
அவ்வப்போது
கூடலும் ஊடலும்
நிறைந்த கைகலப்பு!
முகில் நுரைகளை
அறைத்துப்
பூசிக் குளித்த புதுமைத் தேகம்!

கேசம் அலச
நுரைப் போத்தல்களைத்
தேடாத வாசம்

தன் கூந்தலுக்கு
மலர்க்கொத்துகளைத்
தானே தயாரித்துச் சூடும்
தன்மானம்.

தன் கிளை வெட்டியவன்
வந்தாலும்
நிழல் கொடுக்கத் தவறுவதே இல்லை.

அரிவாளைத்
தன் வேரிலேயே தீட்டி
தன்னையே வெட்டிச்
சாணை பார்த்து
வியர்த்தவனுக்கும்
விசிறிக் கொண்டிருக்கும்
மரம்!
❖

சோக்கப்பனை

பங்காளி வயலின்
எல்லையாய்!

பயிராகும் விதைகளுக்கு
காவலாய்!

அக்கினி சுடுகையில்
நுங்காய்!

கம்பு சாய்த்துக் கட்டினால்
கூரையாய்!

பாதியாய் அறுத்து
படுக்க வைத்தால்
உத்திரமாய்!

பாட்டாளி உழவனின்
பரிசாய்!

காவிரி வறண்டாலும்
நீர் கேட்காது!

பொட்டாஷ் உயர்ந்தாலும்
உரம் கேட்காது!

தானே விதையுதிர்த்து
தன்னால் வேறூன்றி
தன்னை முழுதாய்த் தந்து
கொடையின் உதாரணமான
பனையே!

கார்த்திகைக் குளிருக்கோ நீ
அனலாடை போர்த்தும் கம்பளி!

மார்கழிப் பனிக்கோ நீ
சூடொளி பாய்ச்சும் சுடரொளி!

குளிர் இறுக்கத்தில்
சதை விரைக்கையில்
சொக்கப் பனையாய்
உனைக் கொளுத்தி ஊரே
அடைந்திடும்

சுடு சொர்க்கம்
அக்கப்போர் கொளுத்தவேண்டிய
நாங்கள்
கொடுந்தீ வைப்போம்
உனைப் போராக அடுக்கி!

கொள்ளி வைப்போம்
கர்ணன் உன்னைப்
படைகிடத்தி!

ஈனக் காரியமென்று
ஏசாதே!
இது உனக்கு
நாங்கள் செய்யும்
ஈமக் காரியம்!
❖

மெய்யின் உயிர் மொழி

அறிவு மடைமாற்றும் கருவி!
ஒலிகளை வகைப்படுத்தி
உணர்வுகளை வெளிப்படுத்தும் ஊடகம்!

முதல் மொழியாய் மூத்தவளாய்
மறு மொழிக்கும் கருவிதையா...

மூத்தவளானபோதும் இளமையாய்
கணினித் தமிழான கன்னியாய்

நோய் எதிர்க்கப் பாலூட்டி
நோக்கத்தின் பிணைப்புக்கு மொழியூட்டி

பரம்பரையாய்
மடை மாற்றித் தந்த மகத்துவம்

எப்போதும் அழியாது
எமதான செல்வம்.

அறிவைச் சுயமாக்கும்
அமிழ்தான இன்பம்.

மொழியை உச்சரித்தால்
அகம் பூரிக்கும்.

மொழியை எழுதினால்
குருதியே உயிர்ப்பிக்கும்.

அசையாமல் கிடந்த இறுதிநாள்களின் உதடுகள்
முதல்நாள் உச்சரித்த 'அ'வை நினைவூட்டியது!
❖

விழாத கிழமைகள்

கிழமைகளுக்கு
சூட்டப்பட்ட
பெயர் சூட்டு விழா.

பொன் விழாக்
கொண்டாட்டங்களில்
திளைக்கையில்...

தினங்களுக்குப்
பெயர் சூட்டும்
வெள்ளித் திருவிழாக்கள்,

அனாதை இல்லங்களை
நிரப்பிய நாம்
அன்னையர் தினத்தை...

காமத்தின் ஆடை அவிழ்த்து
கலாச்சாரத்தை நிர்வாணப்படுத்திவிட்டு
காதலர் தினத்தை...

முப்பத்து மூன்று
சதவீதத்தைக் கிடைக்கவிடாது
மகளிர் தினத்தை..

உழைப்பைச்
சுரண்டிக் கொழுக்கும்

முதலாளியை வீங்கவைத்துத்
தொழிலாளர் தினத்தை

தெருத்தோழனின்
மதிப்பைக்கூடக் காட்டாமல்
குருவைப் போற்றும்
ஆசிரியர் தினத்தை

எந்தச் சமூக அங்கீகாரமும்
ஆவணப்படுத்தப்படாது
நங்கை படைப்பின்
நல்ல பிசகு
திருநங்கை தினத்தை..

வாக்கு அடிமைகளுக்கு
இனிப்பு வழங்கப்படும்.
சுதந்தர தினத்தை...

விரல்மை பூசி
தானே விரும்பி ஏமாறும்
வாக்குச் சாவடி
மரப்பாச்சிகள் கொண்டாடும்
தேர்தல் தினத்தை...

இனி நாம்
அங்கீகரிப்போம்
சோமாலியர் தினமா...
❖

மனிதம்

காலம் தன் கருவறையில்
அவசரத்தைவிட அவசியத்தை அதிகம்
பிரசவிப்பது...

இயற்கை
தன் குணாதிசயங்களில்
சுனாமி கோபங்களை
மழையாய் மட்டுப்படுத்துவதும்...

மழை தன்
நீண்ட வருகையை நிதானத்துடன்
பரவலாக்குவது...

நீர் தன் குறிப்பிட்ட
தேக்கக் குடியிருப்பை நிரப்பி
புலி தேக்கங்களெல்லாம்
குடியமரும்
குணம் கொள்வது..

நீர் மணல்வெளி
ஈரப் பாய்ச்சலுடன்
மலைகளுக்கும் தன் பயணத்தை
மாற்றுவது..

மண்
வேர்களுக்குத் தன்
விலாசத்தை
விட்டுக் கொடுப்பது

வேர்கள்
தன் முனைக்காம்பால் காய்களைப்
பழமாக்கும் கரிசனம்..

பழங்கள்
மனித வயிற்றை நிரப்பி
விதைகளால் தன் குலத்தை விரிப்பது.

மனிதம்
உயிரனைத்தும் உறவு கொண்டு
மனிதனை உயிர்ப்பிப்பது...

மனிதன்
சுயநலத்திற்குத் தீக்கொளுத்திப்
பொதுநலத்திற்கு உரமாவது...

பொதுநலம்
எது நலம் என்று தடுமாறாமல்
பிறர் நலம் பேணுவது..

நல்லதே
உன் பசிக்குத் தீயவற்றைத்
தின்பண்டமாக்கி
நல்லதாய்ப் பிறர்க்கு
நீ பயன்படுவது நல்லது!

கண்கள் குளமானதும்
இதயம் ரணமானது!

வலிய மலைகளையும்
தூள்களாகத்
தகர்த்தெறியும் அன்பெனும் உளி!

புயலுக்கே அசையாத விழுதுகளும்
பூங்காற்று வருகையில்
விறகுகளாக வீழ்ந்த விபரீதம்!

பருவக் காதலில்
பாய்ந்தெழும் வீரியங்கள் இது
பண்பட்ட வயதின்
பக்குவக் காதல்!

பருத்தி விதைத்தவன்
பரிசாகப் பெற்றான்
அம்மணம்!

தானியம் விதைத்தவன்
தானம் பெற்றான்
பட்டினி!

விழித் தோட்டாக்களை
விரும்பி எதிர்கொண்டு
காயப்பட்ட மகிழ்வில்
மருந்துகளுக்காய்
மன்றாடும்
காதல் நெஞ்சு!

எலாஸ்டிக்
பிளாஸ்டிக்
லிப்ஸ்டிக்
ஸ்வல்ஸ்
பெல்ஸ்
இத்தனை கட்டுமானத்துடனான
தேரோட்டத்தின்போது
அறுந்து போனது
டவுசர் வடம்!

புடைவைக்கும்
புதையலுக்குமான
கலந்துரையாடலில்
தோண்டலுக்கான
தீர்மானம் நிறைவேற்றம்!

லப் டப்கள்
விண்வெளி ஓடப் பாய்ச்சலாய்
திசைகள் அறியும் ஆர்வமில்லாது
தரையிறக்கத்தையும் தவிர்த்துப்
புதியன கண்டும் பிடிக்காமல்
அரியனவற்றுக்காய்ப் பறக்கும்
அறியாதன
அம்மணங்களின் ஆவணமாய் அம்மணம்!
❖

மருத்துவ வணிகம்

இலட்சங்களைக் கொடுத்து
சம்பாதிக்கும் இலட்சியங்களை
சுமந்து படிக்கும் படிப்பு!

உடற்கூறுகளைவிட
அதிகம் புரிந்து கொள்ளப்பட்ட
மருத்துவத்தில் மாத்திரைகளில்
பலவிதப் பரிசோதனைகளில்
கொடுக்கப்படும் சதவிதங்கள்!

நோயாளிகள் 'எள்' என்றதும்
எண்ணெய்யாகிப்போன
மருத்துவ வியாபாரம்!

தைலங்களால் போக்கப்படும்
தலைவலிகளுக்கு
சி.டி. ஸ்கேன்கள் பணம் பண்ணும் சிறப்புகள்!

நிழல் மாத்திரைகளை
எழுதித் தர நிரந்தர
வருமானம்!
இயற்கைப் பிறப்பையும்
கத்திகளால் கிழிக்கும்
எமதர்மர்கள்!

அவசரப் பிரிவில்
படுக்க வைத்துப்
பிணத்திடமிருந்து
குடும்பச் சொத்துக்களை
எழுதி வாங்கும்
ஏரியா தாதாக்களாய்!

கழுத்தில் தொங்கும்
ஸ்டெத்தாஸ் கோப்புகளால்
அறிந்து கொள்ளப்படும்
நோயாளி பணப் பிடிப்புகள்!

புரட்டும் அளவு
தெரிந்து கொண்டதும்
புரட்டப்படும் நோயின் தன்மை!

நிழல் வேடமணிந்த
கழுகுகளிடம்
மண்டியிட்டு நிற்கும்
குஞ்சுகள்!

கையெடுக்க ஐந்தாயிரம்
காலெடுக்கப் பத்தாயிரம்
உயிரெடுக்க ஒரு இலட்சம்
வாங்கிக் கொண்டிருந்த சில
கசாப்புகள்.
சிறைக் கம்பிகளின்
சிலாகித்தலில்!

வளைந்து கொடுத்த
கம்பிகள்
உருவாக மாற்றமடைந்து
சான்றிதழுடன்
'டை' அணிந்து வரும்
வெள்ளைக் கோட்டுகளை
வரவேற்கும் வளைவாய்
மாற்றப் பெற்ற
பெருமையுடன்
மருத்துவமனைகளில்.
❖

மாரியம்மன் கோயில்

இலவசமாய்க் காலணிக்குக்
காவலிருக்கச் சொல்லிக்
கற்பூரம், ஊதுபத்தி, மாலை
கால், கை காணிக்கை உருவம்
உப்பு, வடைமாலை, துளசி மாலை,
தேங்காய், பழம், வெற்றிலை, பாக்குக்
கூடையுடன்

குழைத்த சந்தனப் பூச்சுடன்
விபூதி நெற்றி
கை அலங்கரிப்புடன்
முகபாவத்தில் ஐந்நூறு கிராம்
அப்பாவித்தனம் பூசி

தொண்டைக்கும் நாக்குக்கும்
விடுமுறை விட்டு
மவுனத்தைத் துணைக்கு அழைத்து
ஆங்காங்கே தென்படும் சிறிய
மண்டபத்துள் கற்சிலைகளுக்கு
எதிரே கன்னத்தில் போட்டுக்கொண்டு

திருமணம் வேலை உயர்வு,
சொத்து சேர்த்தல்,
வியாதியுடன் எதிரியும் அழிய வேண்டிச்
சென்றமுறை தான் வாங்கிக் கொடுத்த
டியூப்லைட் எரியவில்லை யானாலும்
தன் பெயர் தெரிகிறதா என
நோட்டமிட்டு!

அரசமரம் வேப்பமரத்தில் கயிற்றைக் கட்டி
அதனுள் விசிட்டிங் கார்டையும்
சாமிக்காகச் சொருகி!
வாசலில் கையில்லாதவர்களுக்குக்
காணிக்கை செலுத்த வெறுத்து
அருச்சனைத் தட்டில் பிச்சையிட்டுத்
தனி ஆராதனையில் கண் ஒற்றி

அருச்சகர் பிரியமுடன் போட்ட மாலையில்
அவரையும் மறந்து கை
ஐந்நூறு ரூபாய் நோட்டை உதிர்த்தபோது
மனம்
தன்னிடம் வேலை பார்த்த பையன்
மஞ்சள் காமாலை என்று
கேட்ட ஐம்பது முன் பணம் தரமறுத்ததை
ஞாபகப்படுத்தியது!
❖

உக்கடை

காட்சிகளில் அழகின் பிரசவம்
தனிமையில் கிளர்ச்சிப் புன்னகை
நொடியை யுகமாக்கும் கற்பனை
பெருக்கெடுத்துப் பாயும் நினைவுத் துளிகள்
வார்த்தை அலைகளின்
ஆர்ப்பரிக்கும் பிரமிப்பு
தென்றலில் மிதந்து பூ வாசத்தில்
கரையும் காற்று
வழுக்கை ஓட்டுக்குள் புகுந்து
இளநீருக்குள் கரையும் மென்மை

பட்டாம்பூச்சி சிறகின் ஓவியத்தில்
தூரிகையாய்!
மூன்றுக்கும் மூன்றுக்கும் நடுவே
ஒன்றாகிய
வானவில் வண்ணங்களாய்!
உளிகளால் வயதிற்கு வந்து
கல்லுக்குள்ளிருந்து
வெட்கப்பட்ட பெண் சிலையாய்!

பூக்களால் மேனியை அலங்கரித்து
குளிர்களால் போர்த்திக் கொண்டிருக்கும்
மலைப்பிரதேசமாய்!
மலைகளின் சிரிப்பை
வெண்மையில் காட்டிக் கொண்டிருக்கும்
அருவியாய்!
சொற்களுக்குள் பூப்படைந்த
கவிதையாய்!

சூரிய நிழலை இரவில் பிரசவிக்கும்
பௌர்ணமியாய்!

விரல் நுனியில் சுற்றிக் கொண்டிருந்தது
பூமியின் அச்சு!
விழியில் பயணித்து மனத்தை அடைந்ததும்
காதல்!

அகண்ட பரப்பளவைத்
தனதாக்கிக் கொண்டு
நீண்டு உயர்ந்து
உலகத்தின் உல்லாச கிரீடத்தைத்
தனக்கே சூட்டிக் கொண்ட கர்வத்துடன்!

சுயநலத்தோடு உரிமை கொண்டாடும்
பொதுநலப் போராட்டத்தை...
விலகிச்செல்லும் விபரீதங்களின்
விளைவுகளில் எதிர்கொள்ளத் தெரியாமல்
கும்மிருட்டுக் குகைக்குள் பரிதவிக்கும்
குருட்டு விழிகள்!

அடர்த்தி மிகுந்த வனத்திற்குள்
குடியமர்ந்து
மரஞ்செடி கொடிக்கு நடுவே எழுந்த
திடீர்ப் பூகம்பத்தில் நிலைகுலைந்து
வேரடி மண்ணோடு விழுந்து கிடக்கும்
பரிதாபம்!
கோடரிக்காய் விறகாக சின்னாபின்னப்
படுத்தப்பட்டு எரிமலைக்குள்
சிதைந்து கிடக்கும் கோபுரமாய்!

கண்ணி வலையில் சிக்கிக் கொண்ட
ஜோடிப்புறாவில் ஒன்றை இழந்து
சிறகிருந்தும் பறக்கத் தெரியாமல்
ஒற்றைப் புறா!
சிதைந்து விழும் தசைகளைக் கண்டு
கண்ணீர் வடிக்கும் நரம்புகளாய்ச்
செந்நீர் வடித்துக் கொண்டே இருந்தபோது
புதிய சூரியன் புதிய வானம் புதிய காலை
பிரிந்த ஒற்றைப் புறாவுக்கு
ஆறுதல் கூறின.

'உன் ஒற்றை உண்மையிடம்
எத்தனை பொய்யும் தோற்றுப் போகும்?
❖